READING & WRITING
VIETNAMESE

A WORKBOOK FOR SELF-STUDY

READING & WRITING
VIETNAMESE

Learn to Read, Write and Pronounce Vietnamese Correctly

by Tri C. Tran, PhD
Illustrated by Nguyen Thi Hop & Nguyen Dong

TUTTLE Publishing

Tokyo | Rutland, Vermont | Singapore

Contents

INTRODUCTION

About This Book

Reading and Writing Vietnamese for Beginners aims to open the door to modern Vietnamese for those who are interested in learning the language for various reasons, be it academic, business-related, culture-oriented or simply for the sake of speaking the language and/or enjoying its rich literary world. The book presents a detailed introduction to the language's sound system, its orthography, word formations, sentence structures, vocabulary and cultural aspects that go hand in hand with the linguistic elements. Alongside the focus on helping beginners to be able to read and write effectively in the language, the book also emphasizes the conversational component. Practice exercises include various formats: dialogue, reading comprehension, listening comprehension, sentence building, fill-in-the blanks, multiple-choice, etc. Many of the practice sections are accompanied by audio material, professionally recorded by native speakers of Vietnamese.

The book is divided into ten chapters, the contents of which are tied with various topics related to everyday activities and aspects of life such as daily routines, food, clothing, going places, family relationship, cultural and social events, etc. Each chapter also comes with a Vietnamese proverb in order to add a cultural touch to the learning process, making it fun and rewarding. Idiomatic expressions are introduced wherever and whenever applicable, helping the learner to use the language not only correctly but also expressively in conversational situations.

For self-learning purposes, the book also includes a comprehensive section of appendices, consisting of an answer key to practice exercises, an index of grammatical terms and a Vietnamese-English vocabulary list.

Introduction to the Vietnamese Language

Vietnamese belongs to the Autroasiatic language family (also known as Mon-Khmer family), which consists of several languages spoken in Southeast Asian, part of South Asia and southern China. As a national language, Vietnamese is officially used by more than 95 million speakers in Vietnam (2017 census), and also by approximately 4 million Vietnamese living outside the country. According to the 22nd edition of *Ethnologue* (2019), Vietnamese ranks the 17th in terms of number of speakers among the world's languages.

Genetically, Vietnamese is most related to the Muong language, as the two are often recognized by many linguists as the Viet-Muong subfamily. In terms of word order (syntactic structure), Vietnamese belongs to the group of SVO languages (Subject-Verb-Object), for example **Tôi học tiếng Việt**, "I learn Vietnamese."

With regard to lexicon, besides the words that are considered "native" (**ăn** "to eat," **uống** "to drink," **cơm** "rice," **trời** "heaven," **đất** "earth," etc.), there is a large body of words of Chinese origin due to 1,000 years of Chinese rule over the country (**đại học** "university," **giáo sư** "professor," **kinh tế** "economy," etc.), and a considerable number of loanwords from French as a result of 100 years of French colonization of Vietnam (**xăng** "gas," **bi** "marble," **xà-lách** "lettuce," **phô-mai** "cheese," etc.).

In morphosyntax, thanks to the richness of native words alongside words of Chinese origin, word formations in Vietnamese are based both on Vietnamese syntax (**giàu có** "wealthy," **xe đạp** "bicycle," etc.) and Chinese syntax (**phong phú** "rich," **quân xa** "military vehicle," etc.), depending on the origin of the relevant components.

Vietnamese is best characterized phonologically as a tonal language. A word can have as many as six different tones for six different meanings (**ma** "ghost," **mà** "but," **má** "mother," **mả** "tomb," **mã** "horse" and **mạ** "rice seedling"). On the segmental level, Vietnamese contains no consonant clusters and limited distributions of consonant positions—**l, p, r, s** and **v** do not appear at the end of a word, for example. On the other hand, Vietnamese has a vowel system that yields quite a rich inventory of combinations that form diphthongs (**níu** "to grab," **núi** "mountain," **hoa** "flower," **hao** "wasted," etc.) and triphthongs (**chuyện** "story," **cười** "laugh," **hươu** "stag," etc.) in the syllable structure of the language.

The Vietnamese Writing System

Up to the 14th century, Vietnamese was technically still a spoken language without a writing system. Classical Chinese was used in literature, documentations and other written forms of communication. In early 1400s, various scholars introduced a writing system based on Chinese characters in an attempt to record the country's spoken language. This system was named **Chữ Nôm** ("Southern Script"). Native Vietnamese words represented by this new writing system are formed by using one or more Chinese characters based on their semantic or phonetic functions. For example, the noun 媄 "mother" (equivalent to the modern spelling **mẹ**) is formed by two Chinese characters: the noun 女 ("woman") as the semantic component, and the noun 美 ("beauty") as the phonetic component, chosen for its initial consonant **m**.

Chữ Nôm was, however, a cumbersome system due to its arbitrary combination methods and the requirement that users must know Chinese to be able to understand it. For that reason, **Chữ Nôm** readily yielded to another writing system—**Chữ Quốc Ngữ** ("National Language Script")—devised by a group of European missionaries in the 17th century, who came along the French colonialists to the country in order to preach Christianity. This script is now the modern Vietnamese alphabet, based on the Latin alphabet and the adaptation of accent marks from various Romance languages. As a result, several spellings in the Vietnamese alphabet bear similarities with those of the languages spoken by the missionaries. For example, the digraph *nh* in the Vietnamese word **nho** "grape" represents the same consonant as in the Portuguese noun **banho** "bathroom." The Vietnamese noun **ghe** "boat" has the same spelling that represents a consonant very close to that of the Italian noun *ghetto* "slum." Even Romanian spelling shares the letter ă with Vietnamese spelling, which represents the same short vowel in both languages (**română** "Romanian" vs. **năng** "frequently," respectively).

Vietnamese Dialects and Tones

There are at least eight major groups of dialects in Vietnamese, roughly divided as follows, from north to south: (1) The Northeastern dialects (including the Hanoi dialect); (2) the Thanh Hoá dialects (south of the Red River delta, ending at the southern border with the province of Nghệ An); (3) the Nghệ-Tĩnh dialects (including the provinces of Nghệ An and Hà Tĩnh, ending at the southern border with the province of Quảng Bình); (4) the Bình-Trị-Thiên dialects (between the borders with Quảng Bình to the north and Thừa Thiên to the south); (5) the Quảng dialects (including the province of Quảng Nam and its major city, Đà Nẵng); (6) the South-Central dialects (including several coastal and highland provinces in the middle part of Central Vietnam); (7) the Southeastern dialects (including coastal highland provinces and Saigon); and (8) the Southwestern dialects (including the provinces of the rest of southern Vietnam, several of which bordering Cambodia to the west).

Vietnamese dialects differ from each other in pronunciation, inflection and lexicon. The spelling **r**, for example, represents various consonants from the northern dialects to the southern dialects. The spelling a represents a central vowel in most dialects, a front vowel in some South-Central dialects, and even a diphthong in the Quảng dialects.

Regarding tones, while most Northeastern dialects have all the six tones, many other dialects in the central and southern regions contain only four or five tones. For example, the words **sữa** "milk" has a different tone from the word **sửa** "to repair" and are clearly distinguished in the Northeastern dialects, but are pronounced with the same tone in many dialects in the central and southern regions of the country.

The tone systems in some dialects are significantly lower in pitch and range than other dialects (especially those of the northern part of Central Vietnam). An example for this phenomenon is the high pitch perceived in the way Northeastern dialect speakers say the noun **giá trị** "value" (the first syllable has a high tone and the second, a low tone) as opposed to how the Bình-Trị-Thiên dialect speakers say it with a pitch systematically lower for both syllables.

Vocabulary varies richly from dialect to dialect. For instance, the words for "to dream" (in one's sleep) are **nằm mơ** (in the northern dialects), **nằm chộ** (in the Bình-Trị-Thiên dialects) and **nằm chiêm bao** (in many central and southern dialects). A pineapple is **quả dứa** in the North, but **trái thơm** in the Central and the South.

A Note on the Appearance of Some Accent Marks on Words

The reader will notice, in this book and other books containing Vietnamese texts, different typesetting techniques allow that the grave accent (`) is placed either on the left or on the right of the circumflex (^), for instance, **quần** or **quần**. This superficial difference does not interfere with the meaning of the words bearing one of the two technical options mentioned above. **Both forms of the word are acceptable.**

MAJOR VIETNAMESE DIALECT GROUPS

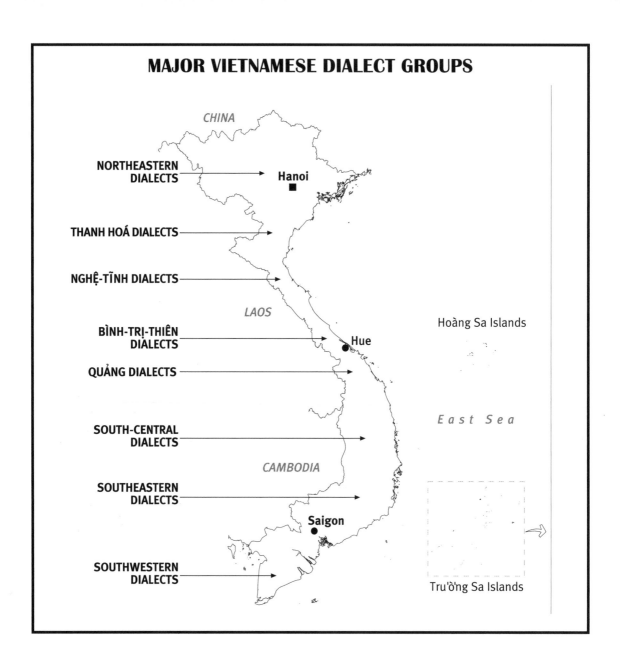

CHINA

NORTHEASTERN DIALECTS → Hanoi ■

THANH HOÁ DIALECTS →

NGHỆ-TĨNH DIALECTS →

LAOS

BÌNH-TRỊ-THIÊN DIALECTS → Hue ●

QUẢNG DIALECTS →

SOUTH-CENTRAL DIALECTS →

CAMBODIA

SOUTHEASTERN DIALECTS →

Saigon ●

SOUTHWESTERN DIALECTS →

Hoàng Sa Islands

East Sea

Trường Sa Islands

Regional pronunciations. Listen to the different pronunciations of the word RA according to various dialects in Vietnam.

AN INDEX OF GRAMMATICAL TERMS

PRONUNCIATION GUIDE

This guide will show how selected letters and numbers are conventionally used to help English-speaking learners pronounce Vietnamese words, phrases, and sentences in the book.

TONES

Tone mark	Pronunciation	Word example	Pronunciation example
None	1	la	la^1
′	2	lá	la^2
~	3	lã	la^3
?	4	lả	la^4
`	5	là	la^5
.	6	lạ	la^6

CONSONANTS

Spelling	Pronunciation	Word example	Pronunciation example
b	b	ba	ba^1
c, k, q	k	ca, kê, qui	ka^1, keh^1, kwi^1
ch	ch	cha	cha^1
d, gi	y	da, gia	ya^1
đ	d	đa	da^1
g, gh	g	ga, ghe	ga^1, ge^1
h	h	ha	ha^1
kh	kh	kha	kha^1
l	l	la	la^1
m	m	ma	ma^1
n	n	na	na^1
ng, ngh	ng	nga, nghe	nga^1, nge^1
nh	nh	nha	nha^1
p	p	họp	$hahp^6$
ph	f	pha	fa^1
r	r	ra	ra^1
s	sh	sa	sha^1
t	t	ta	ta^1
th	th	tha	tha^1
tr	tr	tra	tra^1
v	v	va	va^1
x	s	xa	sa^1

VOWELS

Spelling	Pronunciation	Word example	Pronunciation example
i, y	ee	ly	lee^1
ê	eh	lê	leh^1
e	e	le	le^1
a	a	la	la^1
ă	ă	lăn	$lăn^1$
â	u	lân	lun^1
o	ah	lo	lah^1
ô	oh	lô	loh^1
ơ	uh	lơ	luh^1

Spelling	Pronunciation	Word example	Pronunciation example
u	*oo*	**lu**	*loo[1]*
ư	*ŭ*	**lư**	*lŭ[1]*

DIPHTHONGS

Spelling	Pronunciation	Word example	Pronunciation example
ai	*ie*	**cai**	*kie[1]*
ao	*aw*	**cao**	*kaw[1]*
ay	*ăy*	**cay**	*kăy[1]*
au	*ăw*	**cau**	*kăw[1]*
ây	*ay*	**cây**	*kay[1]*
âu	*ohw*	**câu**	*kohw[1]*
eo	*ew*	**keo**	*kew[1]*
êu	*ehw*	**kêu**	*kehw[1]*
ia	*eeuh*	**kia**	*keeuh[1]*
iê, yê	*yeh*	**kiêng, yên**	*kyehng[1], yehn[1]*
iu	*eew*	**hiu**	*heew[1]*
oi	*oy*	**coi**	*koy[1]*
ôi	*ohy*	**côi**	*kohy[1]*
ơi	*uhy*	**cơi**	*kuhy[1]*
ua	*oouh*	**cua**	*koouh[1]*
oa, ua	*wa*	**loa, qua**	*lwa[1], kwa[1]*
oă, uă	*wă*	**loăn, quăn**	*lwăn[1], kwăn[1]*
uâ	*wu*	**quân**	*kwun[1]*
oe, ue	*we*	**loe, que**	*lwe[1], kwe[1]*
uê	*weh*	**quê**	*kweh[1]*
uy	*wee*	**quy**	*kwee[1]*
ui	*ooy*	**cui**	*kooy[1]*
uô	*woh*	**luôn**	*lwohn[1]*
uơ	*wuh*	**quơ**	*kwuh[1]*
ưa, ươ	*ŭuh*	**cưa, lươn**	*kŭuh[1], lŭuhn[1]*
ưi	*ŭy*	**ngửi**	*ngŭy[4]*
ưu	*ŭw*	**lưu**	*lŭw[1]*

TRIPHTHONGS

Spelling	Pronunciation	Word example	Pronunciation example
yêu, iêu	*yehw*	**tiêu**	*tyehw[1]*
uôi	*wohy*	**xuôi**	*swohy[1]*
ươi	*ŭuhy*	**tươi**	*tŭhuy[1]*
ươu	*ŭuhw*	**hươu**	*hŭuhw[1]*
uya	*weeuh*	**khuya**	*khweeuh[1]*
uyu	*weew*	**khuỷu**	*khweew[4]*
oai, uai	*wie*	**khoai**	*khwie[1]*
oay, uay	*wăy*	**quay**	*kwăy[1]*
uây	*way*	**quây**	*kway[1]*
uao	*waw*	**quào**	*kwaw[5]*
uau	*wăw*	**quạu**	*kwăw[6]*
oeo, ueo	*wew*	**ngoèo**	*ngwew[5]*
uyê	*wyeh*	**quyên**	*kwyehn[1]*

TERMS OF ADDRESS AND THIRD-PERSON REFERENCE

Below is a chart for terms of address and reference, the topic of Chapter Eight. As many other Asian languages, Vietnamese incorporates a significant amount of culture in discourse. In a conversation, addressing oneself and others in a proper way sets a positive tone for both the speaker(s) and the listener(s) for the conversation to be carried on comfortably.

	Singular	Plural	*Usage*
1st person *I – we*	tôi	chúng tôi	Neutral, professional; not to be used in a family setting.
		chúng ta	Inclusive (referring to both speaker(s) and listener(s)).
	em	chúng em	Speaker(s) considering themselves as a younger sibling.
	cháu	chúng cháu	Speaker(s) considering themselves as a nephew or niece.
2nd person *you*	ông	các ông	To a man or men, middle-aged and up.
	bà	các bà	To a woman or women, married or older.
	cô	các cô	To a woman or women, young or unmarried.
	anh	các anh	To a man or men, same age as speaker or middle-aged.
	chú	các chú	To a man or men, same age as speaker's junior uncle.
	bác	các bác	To a person or persons, same age as speaker's senior aunt or uncle.
	chị	các chị	To a woman or women, same age as speaker.
	em	các em	To a person or persons, younger than speaker.
	cháu	các cháu	To a young person or persons as nephew(s) or niece(s).
3rd person *he – she – it – they*	ông ấy	các ông ấy	Referring to a man or men, middle-aged and up.
	bà ấy	các bà ấy	Referring to a woman or women, married or older.
	cô ấy	các cô ấy	Referring to a woman or women, young or unmarried.
	anh ấy	các anh ấy	Referring to a man or men, same age as speaker or older.
	chú ấy	các chú ấy	Referring to a man or men, considered as speaker's junior uncle(s).
	bác	các bác ấy	Referring to a person or persons, considered as senior aunt or uncle
	chị ấy	các chị ấy	Referring to a woman or women, same age as speaker or older.
	nó	chúng nó	Referring to one or more objects, animals or children.
		họ	Referring to adults in a neutral, distant way.

Notes:

- A number of terms can be used for either gender, such as **em**, **cháu** and **họ**.
- When there are mixed genders in the plural forms, two terms can be used together, for example **các anh chị** ("you all, you guys"), **các ông bà** ("you all"), **các anh chị ấy** ("they"), etc.
- When addressing an audience, the polite, plural term **quý vị** is usually used, as in **Kính chào quý vị** ("Greetings to all of you").
- The noun **bạn** ("friend") and its plural form **các bạn** ("friends") are also used to address a person or group of young people, respectively, in an informal way, for example **Cám ơn các bạn** ("Thanks to all of you").

COLORS – MÀU SẮC

Màu means "color" and *sắc* means "shade." Like many other compound nouns in Vietnamese, the combination of a noun and another one in the same category can refer to either the general concept or the plural sense of the word.

To ask for the name of a color, say, "**Màu này là màu gì?**" ("What is this color?") or "**Đây là màu gì?**" ("What color is this?").

To ask for the color of an object, say, for example, "**Chiếc xe hơi đó màu gì?**" ("What color is that car?").

When using a color as a prenominal adjective, you can use the noun *màu* together with the name of the color, or simply its name, for example: "**Căn nhà (màu) trắng đó đẹp quá!**" ("How beautiful is that white house!").

When used as a predicate adjective, the name of the color is usually preceded by the noun *màu*: "**Con mèo của tôi là màu xám.**"

Here are the most common colors used in everyday life, in alphabetical order, some of which have more than one name:

cam "orange"	**tím** "purple"
cà-phê sữa "coffee-and-milk; beige"	**trắng** "white"
đen "black"	**vàng** "yellow"
đỏ "red"	**xám** "gray"
hồng "pink"	**xanh dương** "ocean blue"
nâu "brown"	**xanh lục** "green"; **xanh lá cây** "leaf green"

For shades of a color, add **đậm** ("dark") or **nhạt** ("light") after it. Thus, **xanh lá cây đậm** is "dark green" and **hồng nhạt** means "light pink," for example.

In colloquial Vietnamese, in order to reduce the shade of a color, speakers tend to reduplicate the name of it, either partially—by changing the phonetic tone of the color to the mid-high tone (if it is not already so)—for example, **đo đỏ** "reddish," **xanh xanh** "bluish," **tim tím** "purplish"; or wholly—by repeating exactly the same name of the color—for example, **trắng trắng** "whitish," **vàng vàng** "yellowish," **xám xám** "grayish," etc.

When a color is mixed with a secondary color, the name of the latter should follow that of the former, for example, **nâu đỏ** "red-brown," **vàng cam** "orange-yellow," **xanh xám** "gray-green," etc.

CHAPTER 1
The Vietnamese Writing System
Greetings & Self-Introduction

I. THE ALPHABET

🎧 **AUDIO** 1

Listen to each of the following letters and repeat after the speaker.

Letter	Name pronounced as
a	**a**, as in "*father*"
ă	like **a** above, with a high pitch
â	uh – with a high pitch
b	bay – brief
c	say – brief
d	yay – brief
đ	day – brief
e	eh – open
ê	ay
g	jay
h	hat
i	ee
k	kah
l	ella
m	emma

Letter	Name pronounced as
n	enna
o	awe
ô	oh – brief
ơ	uh
p	pay – brief
q	coo
r	era
s	ess
t	tay - brief
u	ooh
ư	ugh
v	vay
x	iss
y	ee greck

II. TWO- AND THREE-LETTER COMBINATIONS

A digraph consists of two letters representing *one sound,* and a trigraph consists of three consonant letters that also represent *one sound* as shown below:

🎧 AUDIO 2

Listen to the combinations below and repeat after the speaker.

Letter	Name pronounced as
ch	say hat
gh	jay hat
gi	jay ee
kh	kah hat
ng	enna jay
ngh	enna jay hat
nh	enna hat
ph	pay hat
th	tay hat
tr	tay era

III. SPELLING AND PRONUNCIATION

The Letter D

In the alphabet, the letter **d** is listed as equivalent to two sounds. The pronunciation "zay" is that of several northern dialects, whereas the pronunciation "yay" belongs to the dialects of most of the central region—specifically from the city of Hue—down to the rest of the country in the south.

Non-Vietnamese Letters

Four non-Vietnamese letters from the Roman alphabet **F, J, W** and **Z** are used in the language when proper names or place names from other languages containing these letters are mentioned.

🎧 AUDIO 3

Listen to the names of the non-Vietnamese letters and repeat after the speaker.

Letter	Name pronounced as
F f	eff
J j	gee
W w	vay doop
Z z	zet

For example, the name John would be spelled out as "gee – oh – hat – enna," and the name Walter would be spelled out as "vay doop – ah – ella – tay – ay – era."

NOTES ON SPELLING

The Consonant Ng

Both **ng** and **ngh** represent the consonant *ng*. *Ng* is written before **a, ă, â, o, ô, ơ, u, ư** (*nga, ngăn, ngân, ngon, ngô, ngơ, ngu, ngư*) and **ngh** is written before **e, ê, i** (*nghe, nghê, nghi*).

The Consonant K

The consonant *k* is represented by three letters: **c, k** and **q**. **c** is used before **a, ă, â, o, ô, ơ, u, ư** (*ca, căn, cân, co, cô, cơ, cung, cưng*), **k** is used before **e, ê, i** (*kem, kênh, kinh*), and **q** is always followed by **u** for the sound *kw* and one of the following vowel letters: **a, ă, â, e, ê, ô, ơ, y** (*quan, quăn, quân, que, quê, quốc, quơ, quy, quyên*).

The Letter D and Combination GI

In modern Vietnamese, the letter **d** and the combination **gi** both represent the sound *z* in the northern dialects and the sound *y* in the central and southern dialects. Speakers usually rely on the meanings of the words to know which spelling applies. For example, **dấu** is a noun meaning "sign, mark" whereas **giấu** is a verb meaning "to hide."

Tone Marks

The six tones in Vietnamese pronunciation are represented in spelling by only five *tone marks* (the high-level tone is not shown in the spelling). When words are spelled out, accent marks that indicate tones are said at the end of the word. The names of the tone marks are: (´) **dấu sắc** "acute mark," (`) **huyền** "grave mark," (?) **hỏi** "hook above," **ngã** "tilde," and **nặng** "dot below." For example, the word **tháng** is spelled out as "tay – hat – ah – enna – jay – dấu sắc."

Vowel Accent Marks

There are three vowel accent marks used for the phonetic values of various vowels, namely the breve (˘) (used in **ă**), the circumflex (^) (used in **ê** and **ô**), and the hook (') (used in **ơ** and **ư**). These accent marks are part of the vowel letters and are not said during the spelling-out process.

Syllables

Conventionally, in a Vietnamese text, each written unit is a *syllable*. If a word is monosyllabic, then the written unit is at the same time a syllable and a word. If a word consists of more than one syllable, each syllable must be written or printed separately.

> **nước** ("water," "country"): monosyllabic word.
> **cá** ("fish"): monosyllabic word.
> **tiếng Việt** ("Vietnamese language"): two words.
> **đồng hồ** ("watch, clock"): disyllabic word.
> **tẻo tèo teo** ("teeny-weeny"): trisyllabic word.
> **kiến trúc sư** ("architect"): compound word.

NOTE ON PRONUNCIATION GUIDE

From this point on, words, phrases and sentences in Vietnamese will be accompanied by guiding pronunciations for English-speaking learners. Refer to Chapter 5 for descriptions and pronunciation of tones (represented by numbers in the pronunciations). For a complete guide of letters and numbers conventionally used in this pronunciation system, refer to the *Pronunciation Guide* on pages 13–14.

IV. PRACTICE

🎧 AUDIO 4

A. Spelling out words

Listen to the pronunciation of the following descriptive adjectives and repeat after the speaker. After listening, spell out orally all the adjectives by naming each of the letters in the word and indicating the accent mark at the end, if any.

Model: You see: **giỏi** [*yahy⁴*] – "good"

You spell out loud: **jay – ee – aw – ee** – *dấu hỏi yohw² hahy⁴.*

1. **dễ** [*yeh³*] – "easy"
2. **khó** [*khah²*] – "difficult"
3. **lớn** [*luhn²*] – "big"
4. **nhỏ** [*nhah⁴*] – "small"
5. **rộng** [*rohngm⁶*] – "spacious, wide"
6. **hẹp** [*hep⁶*] – "narrow"
7. **dài** [*yie⁵*] – "long"
8. **ngắn** [*ngăn²*] – "short"
9. **sớm** [*shuhm²*] – "early"
10. **trễ** [*treh³*] – "late"

🎧 AUDIO 5

B. Letter and accent mark recognition

Listen to the spelling out of following nouns and write them down in the blanks provided:

1. _____ "table"

2. _____ "chair"

3. _____ "bed"

4. _____ "door"

5. _____ "house"

6. _____ "room"

7. _____ "yard"

8. _____ "garden"

9. _____ "market"

10. _____ "hammock"

🎧 **AUDIO** 6

C. Asking for names

Work with a partner to ask questions and give answers as in the following dialogue. Replace the character's name with your own.

A Chào cô! Tên cô là gì?
chaw⁵ koh¹ tehn¹ koh¹ la⁵ yee⁵
Hello, Miss! What is your name?

B Chào anh! Tên tôi là Hồng.
chaw⁵ ănh¹ tehn¹ tohy¹ la⁵ hohngm⁵
Hello, Brother! My name is Hồng.

A Tên cô viết như thế nào?
   tehn¹ koh¹ vyeht² nhǔ¹ theh² naw⁵
   How is your name spelled?

B Tên tôi viết là H-O-N-G-dấu huyền.
   tehn¹ tohy¹ vyeht² la⁵ hat oh enna jay yohw² hwyehn⁵
   My name is spelled H-O-N-G-grave mark.

V. PROVERB

🎧 AUDIO 7

LỜI CHÀO CAO HƠN MÂM CỖ.
luhy⁵ chaw⁵ kaw¹ huhn¹ mum¹ koh³

- **Literal meaning:** A greeting is higher than a tray of banquet food.
- **Figurative meaning:** Greetings must come first in social gatherings.
- **Cultural implication:** Formality, especially in public, is highly valued in Vietnamese society.

CHAPTER 2

Vowels and Vowel Accent Marks

Professions and Description of People

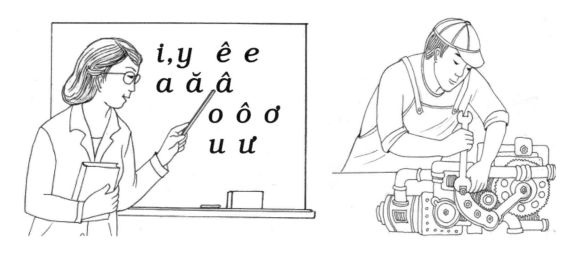

I. VOWELS

There are eleven vowels in Vietnamese, represented by twelve vowel letters.

AUDIO 1

Vowels. Listen to the pronunciation of Vietnamese vowels in isolation and in example words, then repeat after the speaker.

Vowel	Description/English equivalent	Example
i, y	like **ee** in "Lee"	**ly** [*lee¹*] "glass"
ê	like **ay** in "lay," pronounced briefly	**lê** [*leh¹*] "pear"
e	like **e** in "lend"	**len** [*len¹*] "wool"
a	like **a** in "calm"	**lan** [*lan¹*] "orchid"
ă	pronounced shorter than **a**	**lăn** [*lăn¹*] "to roll"
â	like **u** in "lunch"	**lân** [*lun¹*] "unicorn"
o	like **aw** in "law"	**lo** [*lah¹*] "to worry"
ô	like **ow** in "low"	**lô** [*loh¹*] "lot"
ơ	like **a** in "aloud"	**lơ** [*luh¹*] "to ignore"
u	like **oo** in "look"	**lu** [*loo¹*] "jar"
ư	pronounced like **u** without lip rounding	**lư** [*lŭ¹*] "urn"

NOTES ON VOWELS AND SPELLING

Spelling

For the most part, Vietnamese spelling is phonetic, i.e. there is a consistent relationship between letters and sounds. Regarding vowels, there are a number of cases where the spellings do not go hand in hand with the sounds. For example, the letter **a** in the combination **ay** is actually the sound of **ă**. The spelling rule is when **a** is followed by **y**, **a** is pronounced short, as opposed to when it is followed by **i**, where it is pronounced fully. Compare the pair **tai** [*tie¹*] "ear" (**a** more open) and **tay** [*tăy¹*] "hand" (**a** pronounced shorter). In a similar case, the letter **a** is pronounced short it is followed by **u**, and open when followed by **o**. Compare the pair **sao** [*shaw¹*] "star" (pronounced open) and **sau** [*shăw¹*] "after" (pronounced short).

🎧 AUDIO 2

Vowel distinction. Listen to the following pronunciations that show the difference between the following two vowels:

tai [*tie¹*] "ear"	~	**tay** [*tăy¹*] "hand"
hai [*hie¹*] "two"	~	**hay** [*hăy¹*] "good"
sao [*shaw¹*] "star"	~	**sau** [*shăw¹*] "after"
lao [*law¹*] "javelin"	~	**lau** [*lăw¹*] "to wipe"

The Letters I and Y

The letters **i** and **y**, besides determining the phonetic value of a preceding **a** as discussed above, can represent the same vowel in open syllables (not followed by a consonant). Whether **i** or **y** is used in such words depends on various factors, one of which is based on meaning. For example, **li** [*lee¹*] means "millimeter" and **ly** [*lee¹*] means "glass"; **lý lẽ** [*lee² le³*] means "reason" and **lí lắc** [*lee² lăk²*] means "vivacious."

The vowels, ă and â

Of all the vowels, **ă** and **â** appear only in closed syllables, i.e. in words ending with a consonant. For example, these two vowels can be found in words ending with a consonant such as **năm** [*năm¹*] "five," **ăn** [*ăn¹*] "to eat," **mâm** [*mum¹*] "tray," **cân** [*kun¹*] "to weigh," etc. The rest of the vowels can appear in either an open syllable (without a final consonant) or a closed syllable. For example, **la** [*la¹*] "to yell," **lan** [*lan¹*] "orchid," **lo** [*lah¹*] "to worry," **lon** [*lahn¹*] "can," etc.

II. VOWEL ACCENT MARKS

There are three vowel accent marks used in the spelling to distinguish one vowel from another. The first one is called *breve* (˘), used above **a** (**ă**) to indicate a brief pronunciation, as opposed to the more open pronunciation of **a**. The second mark is called *circumflex* (^), used above **e** and **o** (**ê**, **ô**) to indicate a closed pronunciation, as opposed to the open pronunciation of **e** and **o**, respectively. The third vowel accent marks is called *hook* ('), attached to the top right of **o** (**ơ**) and **u** (ư) to indicate the central position of the vowels (as opposed to the back pronunciation of **o** and **u**, respectively).

🎧 AUDIO 3

Vowel distinction. Listen to the following different vowels marked by the corresponding vowel accent marks:

1. **vang** [*vang¹*] "resounding" – **văng** [*văng¹*] "to be thrown" – **vâng** [*vung¹*] "yes"
2. **sen** [*shen¹*] "lotus" – **sên** [*shehn¹*] "snail"
3. **to** [*tah¹*] "big" – **tô** [*toh¹*] "bowl" – **tơ** [*tuh¹*] "silk"
4. **thu** [*thoo¹*] "autumn" – **thư** [*thŭ¹*] "letter"

NOTE

The three vowel accent marks can co-exist with the tone marks (to be covered in Chapter 5) on a vowel letter. For example, the word **vắng** [*văng²*] "to be absent" contains the breve on the letter **a** that indicates a short pronunciation and the acute mark that indicates the high-rising tone; the word **tổ** [*toh⁴*] "nest" contains the circumflex on the letter **o** that indicates a closed pronunciation of the vowel and the hook-above mark that indicates the low-rising tone.

III. PRACTICE

🎧 AUDIO 4

A. Recognizing vowels

Listen to the following sets of words and put a letter in the provided brackets corresponding to each vowel you hear.

[a] **A** – [b] **Ă** – [c] **Â**
1. [   ] "orange"
2. [   ] "to weigh"
3. [   ] "to stretch"
4. [   ] "soup"

[a] **O** – [b] **Ô** – [c] **Ơ**
9. [   ] "steam rice"
10. [   ] "child"
11. [   ] "curved"
12. [   ] "peacock"

[a] **I** – [b] **Ê**
17. [   ] "heart"
18. [   ] "canal"
19. [   ] "to be born"
20. [   ] "to defend"

[a] **E** – [b] **Ê**
5. [   ] "stamp"
6. [   ] "to forget"
7. [   ] "familiar"
8. [   ] "night"

[a] **U** – [b] **Ư**
13. [   ] "bow"
14. [   ] "swollen"
15. [   ] "back"
16. [   ] "dear"

B. Using vowel accent marks

Listen to the pronunciation of the following words and write a breve (˘), a circumflex (^) or a hook (') above or attached to the relevant vowel where necessary:

1. **nam** "south"
2. **nam** "five"
3. **tam** "toothpick"
4. **mam** "tray"
5. **cam** "mute"
6. **kem** "cream"
7. **them** "to add"
8. **nen** "should"
9. **đong** "crowded"
10. **tom** "shrimp"
11. **ong** "bee"
12. **son** "to paint"
13. **hu** "broken"
14. **xu** "coin"
15. **tu** "private"

AUDIO 6

C. Professions

Listen to the following dialogue and practice it with a partner, replacing the professions accordingly:

A **Xin lỗi, cô làm nghề gì?**
seen[1] lohy[3] koh[1] lam[5] ngeh[5] yee[5]
Excuse me, Miss, what is your profession?

B **Tôi là giáo sư. Còn anh thì sao?**
tohy[1] la[5] yaw[2] shǔ[1] kahn[5] ǎnh[1] thee[5] shaw[1]
I am a professor. How about you?

A **Tôi là công nhân.**
tohy[1] la[5] kohngm[1] nhun[1]
I am a worker.

D. Description of people

Listen to the following dialogue and practice it with a partner, replacing the descriptive adjectives with your own.

A Ba của chị là như thế nào?
ba¹ koouh⁴ chee⁶ la⁵ nhǔ¹ theh² naw⁵
What is your father like?

B Ba tôi cao, thông minh và vui tính.
ba¹ tohy¹ kaw¹ thohngm¹ meenh¹ va⁵ vooy¹ teenh²
My father is tall, smart and funny.

A Còn chị là như thế nào?
kahn⁵ chee⁶ la⁵ nhǔ¹ theh² naw⁵
And you, what are you like?

B Tôi thì hơi gầy, kiên nhẫn và lạc quan.
tohy¹ thee⁵ huhy¹ gay⁵ kyehn¹ nhun³ va⁵ lak⁶ kwan¹
I am kind of skinny, patient and optimistic.

IV. NOTES ON GRAMMAR

A. Possessive case

Vietnamese does not have possessive adjectives. To express possession, the preposition **của** [$koouh^4$] ("of") is used.

ba của tôi [$ba^1 \ koouh^4 \ tohy^1$] *"father of me"* = my father
thầy của chị [$thay^5 \ koouh^4 \ chee^6$] *"teacher of you"* = your teacher

In many cases, especially in the spoken language, the preposition **của** is omitted:

mẹ Ø tôi [$me^6 \ tohy^1$] "my mother"
bạn Ø anh [$ban^6 \ ănh^1$] "your friend"

B. Personal pronouns

Personal pronouns in Vietnamese are not "true" pronouns. They are actually derived from nouns and used for the purpose.

	Pronoun	Source	English	Usage
1st person	**tôi** [$tohy^1$]	"servant"	I	neutral
2nd person	**anh** [$ănh^1$]	"older brother"	you	male of the same age or slightly older
	chị [$chee^6$]	"older sister"	you	female of the same age or slightly older
	cô [koh^1]	"aunt"	you	female, younger, same age or older
	ông [$ohngm^1$]	"grandfather"	you	male, same age or older, with respect
	bà [ba^5]	"grandmother"	you	female, same age or older, with respect

Second-person personal pronouns are included in a greeting as an indication of politeness or respect:

Chào anh! [$chaw^5 \ ănh^1$] "Hello, brother."
Chào bà! [$chaw^5 \ ba^5$] "Hello, ma'am."

The demonstrative adjective **ấy** [ay^2] ("that") is added to a second person pronoun to turn it into a third-person pronoun:

	Pronoun	English	Usage
3rd person	**anh ấy** [$ănh^1 \ ay^2$]	he	male of the same age or slightly older
	chị ấy [$chee^6 \ ay^2$]	she	female of the same age or slightly older
	cô ấy [$koh^1 \ ay^2$]	she	female, younger, same age or older
	ông ấy [$ohngm^1 \ ay^2$]	he	male, same age or older, with respect
	bà ấy [$ba^5 \ ay^2$]	she	female, same age or older, with respect

Personal pronouns in the plural form are formed with a *plural marker*. **Chúng** [*choongm²*] is used for the first-person pronoun, and **các** [*kak²*] is used for the second- and third-person pronouns:

	Pronoun	English	Usage
1st person	**chúng tôi** [*choongm² tohy¹*]	we	exclusive (excluding the listener(s))
	chúng ta [*choongm² ta¹*]	we	inclusive (speakers and listener(s))
2nd person	**các anh** [*kak² ănh¹*]	you all	male, same age or slightly older
	các chị [*kak² chee⁶*]	you all	female, same age or slightly older
	các cô [*kak² koh¹*]	you all	female, younger, same age or older
	các ông [*kak² ohngm¹*]	you all	male, same age or older, with respect
	các bà [*kak² ba⁵*]	you all	female, same age or older, with respect
3nd person	**các anh ấy** [*kak² ănh¹ ay²*]	they	male, the same age or slightly older
	các chị ấy [*kak² chee⁶ ay²*]	they	female, same age or slightly older
	các cô ấy [*kak² koh¹ ay²*]	they	female, younger, same age or older
	các ông ấy [*kak² ohngm¹ ay²*]	they	male, same age or older, with respect
	các bà ấy [*kak² ba⁵ ay²*]	they	female, same age or older, with respect

The third-person pronoun **nó** is used to refer to objects, kids or anyone for whom the speaker has no respect (thus to be avoided in most cases).

Đây là xe của tôi. Nó màu xanh.
day¹ la⁵ se¹ koouh⁴ tohy¹ – nah² măw⁵ xănh¹
"This is my car. It is blue."

Con trai của cô đâu? Nó ở đằng kia.
kahn¹ trie¹ koouh⁴ koh¹ dohw¹ – nah² uh⁴ dăng⁵ keeuh¹
"Where is your son?" "He is over there."

Chúng nó [*choongm² nah²*] is the plural form of **nó**. Its use to refer to things, however, is rare, both in speaking and writing. Speakers usually omit it in a clear context and writers simply repeat the noun previously mentioned, adding a demonstrative or possessive adjective to it.

Sách của em đâu? Chúng nó ở trên bàn.
shăch² koohuh⁴ em¹ dohw¹ – choongm² nah² uh⁴ trehn¹ ban⁵
"Where are your books?" "They're on the table."

Việt và Nam đâu? Chúng nó ở trong nhà.
vyeht⁶ va⁵ nam¹ dohw¹ – choongm² nah² uh⁵ trahngm¹ nha⁵
"Where are Viet and Nam?" "They're inside."

Họ [*hah⁵*] is used to mean "they" for males and females combined, referring to adults only:

Hưng và Lan là bạn tôi. Họ là sinh viên.
hŭng¹ va⁵ lan¹ la⁵ ban⁵ tohy¹ – hah⁶ la⁵ sheenh¹ vyehn¹
"Hung and Lan are my friends. They are students."

C. Construction with a linking verb

Là [*la⁵*] and **thì** [*thee⁵*] are two linking verbs both equivalent to the English "to be." **Là** is used when followed by a noun or an adjective.

> Subject + **LÀ** + Subject complement (Noun/Adjective)

Chị ấy là luật sư.
chee⁶ ay² la⁵ lwut⁶ shŭ¹
"She is a lawyer."

Vấn đề này là quan trọng.
vun² deh⁵ năy⁵ la⁵ kwan¹ trahngm⁶
"This issue is important."

In spoken Vietnamese, the verb "to be" followed by an adjective is usually omitted. When the adjective is emphasized or in contrast with that of another subject, the form **thì** is used:

Tôi Ø rất lạc quan.
tohy¹ rut² lak⁶ kwan¹
"I am very optimistic."

Mẹ tôi Ø vui tính, còn ba tôi thì nghiêm khắc.
me⁶ tohy¹ vooy¹ tinh² kahn⁵ ba¹ tohy¹ thee⁵ ngyehm¹ khăk¹
"My mother is funny, and my father is austere."

Cô thì lúc nào cũng kiên nhẫn.
koh¹ thee⁵ lookp² nahw⁵ kungm³ kyehn¹ nhun³
"You are always patient."

D. The interrogative word THẾ NÀO

Equivalent to the English "how," **thế nào** [*theh² naw⁵*] is used at the end of specific questions (unlike in English, where wh-words appear at the beginning of questions). This interrogative word is used to mean both "how" and "what (to be) like" in English.

Hôm nay các cô thế nào?
hohm¹ năy¹ kak² koh¹ theh² naw⁵
"How are you doing today?"

Mẹ của em là như thế nào?
me⁶ koouh⁴ em¹ la⁵ nhữ¹ theh² naw⁵
"What is your mother like?"

V. PROVERB

 AUDIO 8

RUỘNG BỀ BỀ KHÔNG BẰNG MỘT NGHỀ TRONG TAY.
rwohng⁶ beh⁵ beh⁵ khohngm¹ băng⁵ moht⁶ ngeh⁵ trahngm¹ tăy¹

- **Literal meaning:** Owning a large number of rice fields cannot be compared with having a profession.
- **Figurative meaning:** It is better to be skilled than to be rich.
- **Cultural implication:** The proverb reflects an old conception in an agricultural country where wealth was based on land ownership. However, people still believed that there was more security in having a skill than just owning property.

VI. ACTIVE VOCABULARY

DANH TỪ – *NOUNS*

ba [*ba¹*] father
bác sĩ [*bak² shee³*] doctor
công nhân [*kohngm¹ nhun¹*] worker
doanh nhân [*ywănh¹ nhun¹*] businessman
giáo sư [*yaw² shŭ¹*] professor
giáo viên [*yaw² vyehn¹*] teacher
học sinh [*hahkp⁶ sheenh¹*] student, pupil
kỹ sư [*kee³ shŭ¹*] engineer
luật sư [*lwut⁶ shŭ¹*] lawyer
mẹ [*me⁶*] mother
nghề [*ngeh⁵*] profession
sinh viên [*sheenh¹ vyehn¹*] college student
y tá [*ee¹ ta²*] nurse

ĐẠI DANH TỪ – *PRONOUNS*

anh [*ănh¹*] you/male
anh ấy [*ănh¹ ay²*] he
bà [*ba⁵*] you/female
các anh [*kak² ănh¹*] you/male/plural
các anh ấy [*kak² ănh¹ ay²*] they/male
các bà [*kak² ba⁵*] you/female/plural
các bà ấy [*kak² ba⁵ ay²*] they/female
các chị [*kak² ba⁵*] you/female/plural
các chị ấy *kak² chee⁶ ay²*] they/female
các ông [*kak² ohngm¹*] you/male/plural
các ông ấy [*kak² ohngm² ay²*] they/male
chị [*chee⁶*] you/female
chị ấy [*chee⁶ ay²*] she
chúng nó [*choongm² nah²*] they/objects/kids
chúng tôi [*choongm² tohy¹*] we
cô [*koh¹*] you/female
cô ấy [*koh¹ ay²*] she
họ [*hah⁶*] they/unisex/adult
nó [*nah²*] it
ông [*ohngm¹*] you/male
tôi [*tohy¹*] I

TÍNH TỪ – *ADJECTIVES*

bi quan [*bee¹ kwan¹*] pessimistic
cao [*kaw¹*] tall
gầy [*gay⁵*] skinny
kiên nhẫn [*kyehn¹ nhun³*] patient
lạc quan [*lak⁶ kwan¹*] optimistic
siêng năng [*shyehng¹ năng¹*] hard-working
thấp [*thup²*] short (person)
thông minh [*thohngm¹ meenh¹*] smart
vui tính [*vooy¹ teenh²*] funny

ĐỘNG TỪ – *VERBS*

là [*la⁵*] to be
làm [*lam⁵*] to do, to make
thì [*thee⁵*] to be

TRẠNG TỪ – *ADVERBS*

hơi [*huhy¹*] kind of
rất [*rut²*] very

LIÊN TỪ – *CONJUNCTIONS*

còn [*kahn⁵*] and; as for
nhưng [*nhŭng¹*] but
và [*va⁵*] and

THÀNH NGỮ – *EXPRESSIONS*

anh ấy như thế nào?
  [*ănh¹ ay² nhŭ¹ theh² naw⁵*] what is he like?
còn anh thì sao?
  [*kahn⁵ ănh¹ thee⁵ shaw¹*] how about you?
dạo này cô thế nào?
  [*yaw⁶ năy⁵ koh¹ theh² naw⁵*]
  how have you been?
xin lỗi [*seen¹ lohy³*] pardon; excuse me

CHAPTER 3
Semi-Vowels, Diphthongs and Triphthongs
Identifying Objects

I. SEMI-VOWELS

A semi-vowel, also called a *glide* or *approximant*, is a vowel sound partially pronounced when it comes before or after a full vowel in one syllable. There are four semi-vowels in Vietnamese.

🎧 **AUDIO** 1

Semi-vowel Distinction. Listen and try to discern the semi-vowels in the following words:

Spelling	Pronunciation	Example
a	like **a** in "again"	mưa [*mŭuh¹*] "rain," cua [*koouh¹*] "crab"
i, y	like **y** in "you"	tiên [*tyehn¹*] "fairy," tai [*tie¹*] "ear," tay [*tăy¹*] "hand"
ư	like **oo**, unrounded	tươi [*tŭuhy¹*] "fresh," hươu [*hŭuhw¹*] "stag"
o, u	like **w** in "how"	cao [*kaw¹*] "tall," hoa [*hwa¹*] "flower," mau [*măw¹*] "fast," qua [*kwa¹*] "to pass"

As shown in the examples above, semi-vowels are different from vowels only phonetically, but are still represented by regular vowel letters in the spelling.

II. DIPHTHONGS

A diphthong is a syllable that consists of a full vowel and a semi-vowel (either before or after it). Vietnamese has 27 diphthongs. Diphthongs that end with a vowel (i.e., semi-vowel + vowel) are found in closed syllables (i.e., diphthong + consonant). Diphthongs that end with a semi-vowel (i.e., vowel + semi-vowel) can be found in both open and closed syllables.

Diphthongs. Listen to the diphthongs contained in the following example words:

Spelling	Pronunciation	Example
ai	like **y** in "my"	h**ai** [*hie¹*] "two," m**ai** [*mie¹*] "tomorrow"
ao	like **ow** in "now"	s**ao** [*shaw¹*] "star," b**ao** [*baw¹*] "bag"
ay	like **i** in "write"	b**ay** [*băy¹*] "to fly," m**ay** [*măy¹*] "to sew"
au	like **ou** in "clout"	s**au** [*shăw¹*] "after," đ**au** [*dăw¹*] "painful"
ây	like **a** in "bake"	c**ây** [*kay¹*] "tree," l**ây** [*lay¹*] "contagious"
âu	like **ow** in "show"	đ**âu** [*dohw¹*] "where," n**âu** [*nohw¹*] "brown"
eo	like **e** in "pen" followed by **w**	l**eo** [*lew¹*] "to climb," n**eo** [*new¹*] "anchor"
êu	like **ew** in "ew!"	k**êu** [*kehw¹*] "to call," [*rehw¹*] r**êu** "moss"
ia	like **e** in "here"	k**ia** [*keeuh¹*] "over there," t**ia** [*teeuh¹*] "ray"
iê, yê	like **ye** in "yet"	v**iê**m [*vyehm¹*] "inflamed," **yê**n [*yehn¹*] "peaceful"
iu	like **ue** in "cue"	x**íu** [*seew²*] "tiny," n**íu** [*neew²*] "to cling"
oi	like **oi** in "hoist"	c**oi** [*koy¹*] "to watch," v**oi** [*voy¹*] "elephant"
ôi	like **oi**, **o** pronounced closed	x**ôi** [*sohy¹*] "sticky rice," n**ôi** [*nohy¹*] "cradle"
ơi	like **a** in "again," followed by **y**	n**ơi** [*nuhy¹*] "place," b**ơi** [*buhy¹*] "to swim"
ua	like **u** in "sure"	c**ua** [*koouh¹*] "crab," m**ua** [*moouh¹*] "to buy"
oa, ua	like **wa** in "watt"	l**oa** [*lwa¹*] "loudspeaker," q**ua** [*kwa¹*] "to pass"
oă, uă	like **wa**, **a** pronounced shorter	x**oă**n [*swăn¹*]"curly," q**uă**ng [*kwăng¹*] "to throw"
uâ	like **ua** in "kumquat"	x**uâ**n [*swun¹*] "spring," q**uâ**n [*kwun¹*] "soldier"
oe, ue	like **we** in "wet"	kh**oe**[*khwe¹*]" to boast," q**ue**n [*kwen¹*] "familiar"
uê	like **we** in "way"	th**uê** [*thweh¹*] "to rent," q**uê** [*kweh¹*] "rural"
uy	like **wee** in "weed"	s**uy** [*shwee¹*] "to decline," q**uỳ** [*kwee⁵*] "kneel"
ui	like **u** in "thru," followed by **y**	x**ui** [*sooy¹*] "unlucky," v**ui** [*vooy¹*] "happy"
uô	like **w** followed by a closed **o**	l**uô**n [*lwohn¹*] "always," b**uộ**c [*bwok⁶*] "to tie"
uơ	like **w** followed by **a** in "again"	th**uở** [*thwuh⁴*] "period," q**uơ** [*kwuh¹*] "to wave"
ưa, ươ	like **u** in "thru," unrounded, followed by **a** in "again"	c**ưa** [*kŭuh¹*] "to saw," l**ươ**n [*lŭuhn¹*] "eel"
ưi	like **u** in "thru," unrounded, followed by **y**	ng**ửi** [*ngŭy⁴*] "to smell," c**ửi** [*kŭy⁴*] "loom"
ưu	like **u** in "thru," unrounded, followed by **w**	h**ưu** [*hŭw¹*] "retirement," l**ưu** [*lŭw¹*] "to keep"

NOTES ON DIPHTHONGS

Pronunciation

The descriptions of pronunciation with English equivalents are only approximate. Careful listening to the audio material is strongly recommended.

The Letter A

The letter **a** represents a short vowel when followed by **y** (*hay*, *tay*) or **u** (*lau*, *cau*).

The Spellings IÊ and YÊ

The spelling **iê** is used when preceded by a consonant letter (*tiên*, *hiên*). When it begins a word, the spelling **yê** is used (*yên*, *yết*).

The Semi-vowel U

The semi-vowel from **u** is spelled as **u** when preceded by a **q** (*qua*, *quân*, *quen*) or before the letter **â** (*luân*, *cuân*, *khuân*). In other cases, it is spelled with an **o** (*loan*, *khoăn*, *khoe*).

The Letters Y and I

The letter **y** is used to represent the full vowel in the combination **uy**; the letter i is used to represent the semi-vowel in the combination **ui**.

On-glides

Diphthongs formed with a semi-vowel followed by a full vowel are also known as *on-glides*. These diphthongs belong to two groups, the first group consists of the ones that are always found in *closed syllables* (i.e. with a final consonant), and the second group consists of the ones found in both open and *closed syllables*.

1. On-glide diphthongs always found in closed syllables:

iê, yê	v**iê**m [*vyehm^1*] "inflamed," **yê**n [*yehn^1*] "peaceful"
oă, uă	x**oă**n [*swăn^1*] "curly," q**uă**ng [*kwăng^1*] "to throw"
uâ	x**uâ**n [*swun^1*] "spring," q**uâ**n [*kwun^1*] "soldier"
uô	l**uô**n [*lwohn^1*] "always," n**uô**ng [*nwohng^1*] "to pamper"
ươ	x**ươ**ng [*sŭuhng^1*] "bonne," **ướ**t [*ŭuht^2*] "wet"

2. On-glide diphthongs found in both open and closed syllables:

oa, ua	h**oa** [*hwa^1*] "flower," l**oa**n [*lwan^1*] "phoenix," q**ua** [*kwa^1*] "to pass," q**uá**n [*kwan^2*] "kiosk"
oe, ue	kh**oe** [*khwe^1*] "boast," kh**oe**n [*khwen^1*] "ring," q**ue** [*kwe^1*] "stick," q**ue**n [*kwen^1*] "familiar"
uê	th**uê** [*thweh^1*] "to rent," q**uê**n [*kwehn^1*] "to forget"
uy	s**uy** [*shwee^1*] "to decline," kh**uy**nh [*khweenh^1*] "inclined"
uơ	th**uở** [*thwuh^4*] "period," h**uỡ**n [*hwuhn^3*] "idle"

Off-glides

Diphthongs formed with a full vowel followed by a semi-vowel are also known as *off-glides*. All the off-glide diphthongs are found only in open syllables.

III. TRIPHTHONGS

A triphthong is a syllable that consists of a full vowel and two glides. There are 13 triphthongs in Vietnamese.

🎧 AUDIO 3

Triphthongs. Listen to discern the triphthongs in the following example words:

Spelling	Pronunciation	Example
yêu, iêu	like **yie** in "yield," followed by **w**	**yêu** [*yehw¹*] "love," hi**ểu** [*hyehw⁴*] "understand"
uôi	like **w** followed by closed **o** and **y**	đu**ôi** [*dwohy¹*] "tail," ng**uôi** [*ngwohy¹*] "to subside"
ươi	unrounded **u** followed by **a** in "again" and **y**	t**ươi** [*tŭuhy¹*] "fresh," c**ười** [*kŭuhy⁵*] "to laugh"
ươu	unrounded **u** followed by **a** in "again" and **w**	h**ươu** [*hŭuhw¹*] "stag," r**ượu** [*rŭuhw⁶*] "alcohol"
uya	like **wi** in "with," followed by **a** in "again"	kh**uya** [*khweeuh¹*] "late at night"
uyu	like **wi** in "with" followed by **w**	kh**uỷu** [*khweew⁴*] "elbow"
oai, uai	like **wi** in "wide"	kh**oai** [*khwie¹*] "yam," q**uai** [*kwie¹*] "strap"
oay, uay	like **ui** in "quite"	x**oáy** [*swăy¹*] "to whirl," q**uay** [*kwăy¹*] "to spin"
uây	like **uai** in "quail"	kh**uây** [*khway¹*] "solace," q**uây** [*kway¹*] "enclose"
uao	like **wow**	q**uào** [*kwaw⁵*] "to scratch"
uau	like **wow** with shorter **o**	q**uạu** [*kwăw⁶*] "sullen"
oeo, ueo	like **we** in "wet," followed by **w**	ng**oẹo** [*ngwew⁶*] "to tilt," q**uẹo** [*kwew⁶*] "to turn"
uyê	like **wi** in "with," followed by **e** in "yet"	x**uyê**n[*swyehn¹*] "through," q**uyế**n [*kwyehn⁵*] "right"

NOTES ON TRIPHTHONGS

Semi-vowels and Spelling

The alternation between **i** and **y** for the semi-vowel coming from **i** and between **o** and **u** for the semi-vowel coming from **u** applied to the spelling of diphthongs also applies to the spelling of triphthongs.

Semi-vowels, Full Vowels and Spelling

The choice between the letters **i** and **y** to represent a semi-vowel and a full vowel, respectively, applied to the spelling of diphthongs also applies to the spelling of triphthongs.

Open Syllables

All triphthongs but **uyê** are found in open syllables (i.e. without a final consonant).

Formations

All but one triphthongs have the formation *Glide + Vowel + Glide*. **uyê** is the only triphthong that has the formation *Glide + Glide + Vowel*.

Rare Tripthongs

Some of the triphthongs are rare, appearing only in a small number of words in the whole language, such as **uao/oao**, **uau**, **uya** and **ươu**.

IV. PRACTICE

🎧 **AUDIO** 4

A. Diphthongs in contrast

Listen to the pronunciation of the following words and repeat after the speaker.

1. **sưu** [*shŭw¹*] "fee" – **sâu** [*shohw¹*] "deep"
2. **sui** [*shooy¹*] "in-law" – **suy** [*shwee¹*] "to decline"
3. **quy** [*kwee¹*] "rule" – **quê** [*kweh¹*] "rural" – **quơ** [*kwuh¹*] "to wave"
4. **cao** [*kaw¹*] "tall" – **cau** [*kăw¹*] "areca nut" – **câu** [*kohw¹*] "sentence"
5. **cua** [*koouh¹*] "crab" – **cưa** [*kŭuh¹*] "to saw" – **kia** [*keeuh¹*] "over there"
6. **luôn** [*lwohn¹*] "always" – **lươn** [*lŭuhn¹*] "eel" – **luân** [*lwun¹*] "rotation"
7. **tai** [*tie¹*] "ear" – **tay** [*tăy¹*] "hand" – **tây** [*tay¹*] "west" – **tơi** [*tuhy¹*] "ragged"
8. **theo** [*thew¹*] "to follow" – **thêu** [*thwehw¹*] "to embroider" – **thiu** [*theew¹*] "stale"
9. **khoan** [*khwan¹*] "to drill" – **khuân** [*khwun¹*] "to carry" – **khoắng** [*khwăng²*] "to stir"
10. **voi** [*voy¹*] "elephant" – **vôi** [*vohy¹*] "lime" – **vơi** [*vuhy¹*] "empty" – [*vooy¹*] **vui** "happy"
11. **xay** [*săy¹*] "to grind" – **xây** [*say¹*] "to build" – **xôi** [*xohy¹*] "sticky rice" – **xơi** [*suhy¹*] "to eat"
12. **chia** [*cheeuh¹*] "to divide" – **chiên** [*chyehn¹*] "to fry" – **chua** [*choouh¹*] "sour" – **chưa** [*chŭuh¹*] "not yet"
13. **khoe** [*khwe¹*] "to show off" – **khuê** [*khweh¹*] "lady bedroom" – **khuy** [*khwee¹*] "button-hole"

🎧 **AUDIO** 5

B. Triphthongs in contrast

Listen to the pronunciation of the following words and repeat after the speaker.

1. **khuya** [*khweeuh¹*] "late at night" – **khuyên** [*khwyehn¹*] "to advise"
2. **quai** [*kwie¹*] "strap" – **quay** [*kwăy¹*] "to spin" – **quây** [*kway¹*] "to enclose"
3. **niêu** [*nyehw¹*] "cooking pot" – **hươu** [*hŭuhw¹*] "stag" – **khuỷu** [*khweew⁴*] "elbow"
4. **khuỷu** [*khweew⁴*] "elbow" – **kiểu** [*kyehw⁴*] "model" – **khuyển** [*khwyehn⁴*] "canine"
5. **quào** [*kwaw⁵*] "to scratch" – **quạu** [*kwăw⁶*] "sullen" – **quẹo** [*kwew⁶*] "to turn"

🎧 **AUDIO** 6

C. Diphthongs and triphthongs in contrast

Listen to the pronunciation of the following word pairs and repeat after the speaker.

	Diphthong	Triphthong
1	**cai** [*kie¹*] "to give up"	**quai** [*kwie¹*] "strap"
2	**cay** [*kăy¹*] "spicy"	**quay** [*kwăy¹*] "to spin"
3	**cây** [*kay¹*] "tree"	**quây** [*kway¹*] "to enclose"
4	**cào** [*kaw⁵*] "to rake"	**quào** [*kwaw⁵*] "to scratch"
5	**cáu** [*kăw²*] "angry"	**quạu** [*kwăw⁶*] "sullen"
6	**kẹo** [*kew⁶*] "candy"	**quẹo** [*kwew⁶*] "to turn"
7	**thiu** [*theew¹*] "stale"	**thiêu** [*thyehw¹*] "to cremate"
8	**kêu** [*kehw¹*] "to call"	**kiêu** [*kyehw¹*] "arrogant"
9	**cửi** [*kŭy⁴*] "loom"	**cưỡi** [*kŭuhy³*] "to ride"
10	**hưu** [*hŭw¹*] "retirement"	**hươu** [*hŭuhw¹*] "stag"
11	**nghèo** [*ngew⁵*] "poor"	**ngoẹo** [*ngwew⁶*] "to twist"
12	**ngao** [*ngaw¹*] "oyster"	**ngoao** [*ngwaw¹*] "meow"
13	**nghiên** [*ngyehn¹*] "inkwell"	**nguyên** [*ngwyehn¹*] "whole"
14	**kia** [*keeuh¹*] "over there"	**khuya** [*khweeuh¹*] "late at night"
15	**quên** [*kwehn¹*] "to forget"	**quyên** [*kwyehn¹*] "swamp-hen"
16	**cúi** [*kooy²*] "to bow"	**cuối** [*kwooy²*] "end"
17	**tới** [*tuhy²*] "to arrive"	**tưới** [*tŭuhy²*] "to water"
18	**đui** [*dooy¹*] "blind"	**đuôi** [*dwooy¹*] "tail"

D. Objects and colors

Listen to the following sentences and recognize the pronunciation of the diphthongs and triphthongs in the words that contain them (shown in boldface).

1. Cái bàn này là m**àu** gì?
    kie² ban⁵ năy⁵ la⁵ măw⁵ yee⁵
    What color is this table?

2. Cái q**uầ**n đó là m**àu** xanh lục.
    kie² kwun⁵ dah² la⁵ măw⁵ sănh¹ lookp⁶
    Those pants are green.

3. Con mèo k**ia** là m**àu** xám.
    kahn¹ mew⁵ keeuh¹ la⁵ măw⁵ sam²
    That cat over there is gray.

4. Tr**ái** b**ưởi** này là màu vàng.
    trie² bŭuhy⁴ năy⁵ la⁵ măw⁵ vang⁵
    This grapefruit is yellow.

5. Ch**iế**c th**uyề**n đó là m**àu** đỏ.
    chyehk² thwyehn⁵ dah² la⁵ măw⁵ dah⁴
    That boat is red.

6. Căn nhà k**ia** là m**àu** trắng.
    kăn¹ nha⁵ keeuh¹ la⁵ măw⁵ trăng²
    That house over there is white.

7. **Cây viết** chì này là m**àu** đen.
kay[1] vyeht[2] chee[5] năy[5] la[5] măw[5] den[1]
This pencil is black.

8. **Ngôi** ch**ùa** đó là m**àu** hồng.
ngohy[1] choouh[5] dah[2] la[5] măw[5] hohngm[5]
That temple is pink.

9. **Quyể**n sách đó là m**àu** tím.
kwyehn[4] shăch[2] dah[2] la[5] măw[5] teem[2]
That book is purple.

10. **Cuố**n từ đ**iể**n k**ia** là m**àu** xanh d**ươ**ng.
kwohn[2] tŭ[5] dyehn[4] keeuh[1] la[5] măw[5] sănh[1] yŭuhng[1]
That dictionary over there is blue.

11. **Vi**ên k**ẹo** này là m**àu** cam.
vyehn[1] kew[6] năy[5] la[5] măw[5] kam[1]
This piece of candy is orange.

12. **Cây táo** đó là m**àu** nâu.
kay[1] taw[2] dah[2] la[5] măw[5] nohw[1]
That apple tree is brown.

🎧 **AUDIO** 8

E. Objects and possession

Listen to the following sentences and repeat after the speaker. Underline the words that contain a diphthong or a triphthong.

1. Quyển vở này là của ai?
   kwyehn⁴ vuh⁴ năy⁵ la⁵ koouh⁴ ie¹
   Whose book is this?

2. Con chó đó là của ba tôi.
   kahn¹ chah² dah² la⁵ koouh⁴ ba¹ tohy¹
   That dog is my father's.

3. Đôi giày kia là của mẹ tôi.
   dohy¹ yăy⁵ keeuh¹ la⁵ koouh⁴ me⁶ tohy¹
   That pair of shoes is my mother's.

4. Chiếc vở này không phải là của tôi.
   chyehk² vuh² năy⁵ khohngm¹ fie⁴ la⁵ koouh⁴ tohy¹
   This sock is not mine.

5. Cái quần này là của anh, phải không?
   kie² kwun⁵ năy⁵ la⁵ koouh⁴ ănh¹ fie⁴ khohngm¹
   This pair of pants is yours, isn't it?

6. Cái kéo kia không phải là của chúng tôi.
   kie² kew² keeuh¹ khohngm¹ fie⁴ la⁵ koouh⁴ choongm² tohy¹
   That pair of scissors over there is not ours.

7. Con dao đó là của anh ấy hay của cô ấy?
   kahn¹ yaw¹ dah² la⁵ koouh⁴ ănh¹ ay² hăy¹ koouh⁴ koh¹ ay²
   Is that knife his or hers?

8. Trái banh này có phải là của các anh không?
   trie² bănh¹ năy⁵ kah² fie⁴ la⁵ koouh⁴ kak² ănh¹ khohngm¹
   Is this ball yours?

9. Chiếc xe đạp kia là của Nam.
   chyehk² se¹ dap⁶ keeuh¹ la⁵ koouh⁴ nam¹
   That bicycle over there is Nam's.

10. Toà nhà này là của bà Lan.
    twa⁵ nha⁵ năy⁵ la⁵ koouh⁴ ba⁵ lan¹
    This mansion is Mrs. Lan's.

F. Writing sentences

Refer to the Notes on Grammar and the Active Vocabulary sections to do this exercise. Write sentences in Vietnamese based on the suggestions in English.

1. What is the color of your (*female/singular*) car?

   _____

2. This orange is not mine.

   _____

3. Is that cat yours (*male/singular*)?

   _____

4. Whose watch is this?

   _____

5. Those eyeglasses are hers, aren't they?

   _____

6. Is that dictionary over there brown or gray?

   _____

7. This pair of shoes is my friend's.

   _____

8. That church is theirs (*mixed gender*).

   _____

V. NOTES ON GRAMMAR

A. Classifiers

A set of nouns is used to accompany other nouns to indicate what "class" these nouns belong to when they are referred to specifically. These nouns are called *classifiers*. The most common classifiers are the following:

cái [*kie²*]
Used before objects such as **cái bàn** [*kie² ban⁵*] "table," **cái ghế** [*kie² geh²*] "chair," **cái áo** [*kie² aw²*] "shirt."

con [*kahn¹*]
Used before nouns of animals: **con mèo** [*kahn¹ mew⁵*] "cat," **con chó** [*kah¹ chah²*] "dog," **con chim** [*kahn¹ cheem¹*] "bird." By extension, **con** is also used for some other nouns: **con**

đường [*kahn¹ dŭuhng⁵*] "street," **con dao** [*kahn¹ yaw¹*] "knife," **con tem** [*kahn¹ tem¹*] "stamp," **con sông** [*kahn¹ shohngm¹*] "river."

trái [*trie²*]
Used before nouns of fruit: **trái cam** [*trie² kam¹*] "orange," **trái chuối** [*trie¹ chooy²*] "banana," **trái xoài** [*trie² swie⁵*] "mango." By extension, **trái** is also used for things that are round: **trái banh** [*trie² bănh¹*] "ball," **trái đất** [*trie² dut²*] "earth."

chiếc [*chyehk²*]
Used before nouns of means of transportation: **chiếc xe** [*chyehk² se¹*] "vehicle," **chiếc xe đạp** [*chyehk² se¹ dap⁶*] "bicycle," **chiếc thuyền** [*chyehk² thwyehn⁵*] "boat." This classifier is also used to indicate an object in a pair: **chiếc giày** [*chyehk² yăy⁵*] "shoe," **chiếc đũa** [*chyehk² doouh³*] "chopstick," **chiếc dép** [*chyehk² yep²*] "flip-flop."

cây [*kay¹*]
Used before nouns of trees and plants: **cây táo** [*kay¹ taw²*] "apple tree," **cây hoa lan** [*kay¹ hwa¹ lan¹*] "orchid plant," **cây bưởi** [*kay¹ bŭuhy⁴*] "grapefruit tree." This classifier is also used with stick-shaped objects: **cây viết bi** [*kay¹ vyeht² bee¹*] "pen," **cây thước** [*kay¹ thŭuhk²*] "ruler," **cây gậy** [*kay¹ gay⁶*] "cane."

căn [*kăn¹*]
Used for units of dwelling of small or medium sizes: **căn nhà** [*kăn¹ nha⁵*] "house," **căn phòng** [*kăn¹ fahngm⁵*] "room," **căn chung cư** [*kăn¹ choongm¹ kŭ¹*] "apartment," **căn phố** [*kăn¹ foh²*] "business suite."

đôi [*dohy¹*]
The classifier **đôi** [*dohy¹*] is used for the pair: **đôi giày** [*dohy¹ yăy⁵*] "pair of shoes," **đôi đũa** [*dohy¹ doouh³*] "pair of chopsticks," **đôi dép** [*dohy¹ yep²*] "pair of flip-flops."

ngôi [*ngohy¹*]
Used before units of dwelling of large sizes or religious abodes: **ngôi nhà** [*ngohy¹ nha⁵*] "big house," **ngôi đền** [*ngohy¹ dehn⁵*] "temple," **ngôi chùa** [*ngohy¹ choouh⁵*] "Buddhist temple," **ngôi nhà thờ** [*ngohy¹ nha⁵ thuh⁵*] "church."

toà [*twa⁵*]
Used before units of dwelling or buildings of great importance: **toà nhà** [*twa⁵ nha⁵*] "mansion," **toà lâu đài** [*twa⁵ lohw¹ die⁵*] "palace," **toà thánh** [*twa⁵ thănh²*] "sacred edifice."

B. Pair or no pair?

In English, objects that are referred to as a pair consist of either two separate parts (shoes, socks, earrings, etc.), or two parts that are connected (pants, scissors, tongs, eyeglasses, etc.).

In Vietnamese, however, only pairs of separate parts can be considered "pairs" (**đôi đũa** [*dohy¹ doouh³*] "pair of chopsticks," **đôi giày** [*dohy¹ yǎy⁵*] "pair of shoes," **đôi bông tai** [*dohy¹ bohngm¹ tie¹*] "pair of earrings," etc.). Objects with two connected parts considered "pairs" in English are just referred to as single items (singular nouns) in Vietnamese. Thus, "a pair of pants" is **một cái quần** [*moht⁶ kie¹ kwun⁵*], "a pair of scissors" is **một cái kéo** [*moht⁶ kie² kew²*], "a pair of glasses" is **một cái kính** [*moht⁶ kie² keenh²*], etc.

C. Demonstrative adjectives

There are three demonstrative adjectives, used according to the distance between the speaker and the thing or person that he or she refers to. These adjectives appear after the noun they accompany and usually co-exist with a classifier (used before the noun) in specific reference.

Distance	Demonstrative adjective	Example
Near	**này** [*nǎy⁵*]	cái bàn **này** "this table"
Far	**đó** [*dah²*]	trái cam **đó** "that orange"
Very far	**kia** [*keeuh¹*]	con mèo **kia** "that cat over there"

Parallel to demonstrative adjectives, there are also *demonstrative adverbs*:

Distance	Demonstrative adjective	Example
Near	**đây** [*day¹*]	**Đây** là cái bàn. "Here is a table"
Far	**đó** [*dah²*]	**Đó** là trái cam. "There is an orange"
Very far	**kia** [*keeuh¹*]	**Kia** là con mèo. "Over there is a cat"

Some other examples with demonstrative adverbs are:

Tôi **đây**! [*tohy¹ day¹*] "Here I am."
Ai **đó**? [*ie¹ dah²*] "Who's there?"
Cái gì **kia**? [*kie² yee⁵ keeuh¹*] "What's over there?"

D. Positions of determiners and adjectives in a noun phrase

When multiple determiners (classifiers, demonstratives) and adjectives (descriptive or possessive) are present in a noun phrase, the positions of those words around the noun are as shown in the following example:

[**Cái bàn lớn màu xanh này của tôi**] Noun Phrase **là bằng gỗ**.
kie² ban⁵ luhn² nǎy⁵ koouh⁴ tohy¹ la⁵ bǎng⁵ goh³
"This big green table of mine is made of wood."

> Classifier + **NOUN** + descriptive adjective + color adjective + demonstrative adjective + possessive adjective

A classifier is usually used with the noun when there is a possessive phrase present, but not required:

(chiếc) xe đạp của anh ấy [*chyehk² se¹ dap⁶ koouh⁴ ănh¹ ay²*] "his bicycle"
(căn) nhà của chúng tôi [*kăn¹ nha⁵ koouh⁴ choongm² tohy¹*] "our house"

A descriptive adjective and a color adjective can switch places when accompanying a noun:

cây viết cũ màu đỏ ~ cây viết màu đỏ cũ "the old red pen"
kay¹ vyeht² kooh³ măw⁵ dah⁴ ~ kay¹ vyeht² măw⁵ dah⁴ koo³

Color adjectives can be used with or without the noun **màu** ("color")

trái banh (màu) trắng "the white ball"
trie² bănh¹ măw⁵ trăng²
trái táo (màu) đỏ "the red apple"
trie² taw² măw⁵ dah⁴

VI. PROVERB

🎧 **AUDIO** 9

CÓ CÔNG MÀI SẮT, CÓ NGÀY NÊN KIM.
kah² kohngm¹ mie⁵ shăt² kah² ngăy⁵ nehn¹ keem¹

- **Literal meaning:** If you patiently try to file a piece of iron, you will turn it into a needle one day.
- **Figurative meaning:** Perseverance is the key to success.
- **Cultural implication:** This proverb reflects an aspect of every day like in old Vietnam, when manual labor used to prevail, beside fishing and farming. It also casts Vietnamese people as patient and hard working.

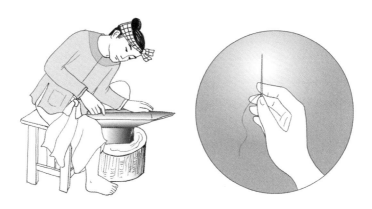

VII. ACTIVE VOCABULARY

DANH TỪ – *NOUNS*

áo sơ-mi [*aw² shuh¹ mee¹*] shirt

bàn [*ban⁵*] table

banh [*bănh¹*] ball

cam [*kam¹*] orange

chim [*cheem¹*] bird

chó [*chah²*] dog

chùa [*choouh⁵*] Buddhist temple

chuối [*chwohy²*] banana

dép [*yep²*] flip-flops

đèn [*dehn⁵*] temple

đồng hồ [*dohngm⁵ hoh⁵*] watch, clock

ghế [*geh²*] chair

giày [*yăy⁵*] shoe

kính [*keenh²*] eyeglasses; glass

màu [*măw⁵*] color

mèo [*mew⁵*] cat

nhà [*nha⁵*] house

nhà thờ [*nha⁵ thuh⁵*] church

phòng [*fahngm⁵*] room

quần [*kwun⁵*] pants

táo [*taw²*] apple

thuyền [*thwyehn⁵*] boat

viết bi [*vyeht² bee¹*] ball point pen

viết chì [*vyeht² chee⁵*] pencil

xe đạp [*se¹ dap⁶*] bicycle

xe hơi [*se¹ huhy¹*] car

xoài [*swie⁵*] mango

TÍNH TỪ – *ADJECTIVES*

cam [*kam¹*] orange

cũ [*koo⁴*] old

đen [*den¹*] black

đẹp [*dep⁶*] beautiful

đỏ [*dah⁴*] red

đó [*dah²*] that

hồng [*hohngm⁵*] pink

kia [*keeuh¹*] that... over there

lớn [*luhn²*] big

mới [*muhy²*] new

nâu [*nohw¹*] brown

này [*năy⁵*] this

nhỏ [*nhah⁴*] small

tím [*teem²*] purple

trắng [*trăng²*] white

vàng [*vang⁵*] yellow

xám [*sam²*] gray

xanh dương [*sănh¹ yŭuhng¹*] blue

xanh lục [*sănh¹ lookp⁶*] green

NGHI VẤN TỪ – *INTERROGATIVE WORDS*

ai? [*ie¹*] who?

cái gì? [*kie² yee⁵*] what?

của ai? [*koouh⁴ ie¹*] whose?

màu gì? [*măw⁵ yee⁵*] what color?

ở đâu [*uh⁴ dohw¹*] where at?

CHAPTER 4

Consonants

Food and Drinks

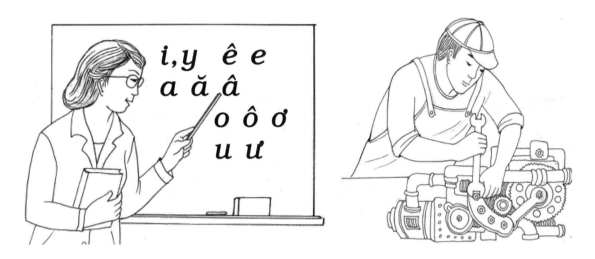

I. CONSONANTS

There are 22 consonants in standard Vietnamese.

🎧 **AUDIO 1**

Consonants. Listen to the pronunciation of the consonants represented by the letters.

	Letter	Consonant sound	Example
1	**b**	like **b** in "boy"	**b**a [*ba¹*] "three," **b**ao [*baw¹*] "bag"
2	**c, k, q**	like **c** in "cat," unaspirated	**c**ao [*kaw¹*] "tall," **k**em [*kem¹*]"cream," **q**ue [*kwe¹*] "tick"
3	**ch**	like **ch** in "chair"	**ch**ai [*chie¹*] "bottle," **ch**ua [*choouh¹*] "sour"
4	**d, gi**	like **y** in "yes" or **z** in "zero"	**d**a [*ya¹*] "skin," **gi**á [*ya²*] "price"
5	**đ**	like **d** in "do,"	**đ**au [*dăw¹*] "pain," **đ**i [*dee¹*] "to go"
6	**g, gh**	like **g** in "go," soft	**g**an [*gan¹*] "liver," **g**he [*ge¹*] "boat"
7	**h**	like **h** in "hat"	**h**ai [*hie¹*] "two," **h**eo [*hew¹*] "pig"
8	**kh**	like **k** in "key," aspirated	**kh**i [*khee⁴*] "monkey," **kh**ó [*khah²*] "difficult"
9	**l**	like **l** in "love"	**l**on [*lahn¹*] "can," **l**y [*lee¹*] "glass"
10	**m**	like **m** in "mother"	**m**ưa [*mŭuh¹*] "rain," na**m** [*nam¹*] "south"
11	**n**	like **n** in "name"	**n**ai [*nie¹*] "deer," la**n** [*lan¹*] "orchid"
12	**ng, ngh**	like **ng** in "long"	**ng**ai [*ngie¹*] "throne," **ngh**e [*nge¹*] "to hear"
13	**nh**	like **ny** in "canyon"	**nh**anh [*nhănh¹*] "fast," **nh**ai [*nhie¹*] "to chew"
14	**p**	like **p** in "cap"	họ**p** [*hahp⁶*] "to meet," hẹ**p** [*hep⁶*] "narrow"
15	**ph**	like **ph** in "phone"	**ph**ao [*faw¹*] "buoy," **ph**a [*fa¹*] "to brew"

	Letter	Consonant sound	Example
16	r	like r in "rice"	rau [răw¹] "vegetable," rêu [rehw¹] "moss"
17	s	like s in "sugar"	sai [shie¹] "incorrect," sâu [shohw¹] "deep"
18	t	like t in "tea," unaspirated	tai [tie¹] "ear," tô [toh¹] "bowl"
19	th	like th in "thyme," aspirated	thu [thoo¹] "autumn," thăm [thăm¹] "to visit"
20	tr	like tr in "try"	trai [trie¹] "boy," trên [trehn¹] "above"
21	v	like v in "van"	vui [vooy¹] "happy," voi [voy¹] "elephant"
22	x	like s in "sun"	xa [sa¹] "far," xu [soo¹] "cent"

NOTES ON CONSONANT LETTERS

The Three Consonant Groups

Consonant letters (singles and two-letter or three-letter combinations) are divided into three groups, according to their positional distribution in the word structure as follows:

🎧 AUDIO 2

Listen to the pronunciation of the following words and pay attention to the consonants in the initial positions and/or final positions.

	Letter	Example
		GROUP 1 – *In final position only*
1	p	bắp [băp²] "corn," bếp [behp²] "kitchen"
		GROUP 2 – *In initial position only*
2	b	bánh [bănh²] "cake," bí [bee²] "pumpkin"
3	d	dâu [yohw¹] "strawberry," dưa [yŭuh¹] "melon"
4	đ	đào [daw⁵] "peach," đậu [dohw⁶] "bean"
5	g	gà [ga⁵] "chicken," gỏi [goy⁴] "salad"
6	gh	ghẹ [ge⁶] "crab," ghi [gee¹] "to record"
7	h	heo [hew¹] "pig," hồng [hohngm⁵] "pink"
8	k	kem [kem¹] "ice cream," kêu [kehw¹] "to call"
9	kh	khế [kheh²] "star fruit," khô [khoh¹] "dry"
10	l	lá [la²] "leaf," lửa [lŭuh⁴] "fire"
11	ngh	nghêu [ngehw¹] "clam," nghi [ngee¹] "to doubt"
12	ph	phở [fuh⁴] "noodles," phao [faw¹] "buoy"
13	q	quai [kwie¹] "strap," quýt [kweet²] "mandarin"
14	r	rau [răw¹] "vegetable," rửa [rŭuh⁴] "to wash"
15	s	su [shoo¹] "cabbage," sữa [shŭuh³] "milk"
16	th	thịt [theet⁶] "meat," thu [thoo¹] "autumn"
17	tr	trên [trehn¹] "above," trong [trahngm¹] "inside"
18	v	vải [vie⁴] "fabric," voi [voy¹] "elephant"
19	x	xa [sa¹] "far," xương [sŭuhng¹] "bone"

	Letter	Example
		GROUP 3 – *In both initial and final positions*
20	**c**	**c**á [*ka²*] "fish," nướ**c** [*nŭuhk²*] "water"
21	**ch**	**ch**áo [*chaw²*] "porridge," thí**ch** [*theech²*] "to like"
22	**m**	**m**ực [*mŭk⁶*] "squid," tô**m** [*tohm¹*] "shrimp"
23	**n**	**n**ấu [*nohw²*] "to cook," ché**n** [*chen²*] "bowl"
24	**ng**	**ng**ò [*ngah⁵*] "cilantro," ma**ng** [*mang¹*] "to carry"
25	**nh**	**nh**o [*nhah¹*] "grape," hà**nh** [*hănh⁵*] "onion"
26	**t**	**t**ỏi [*toy⁴*] "garlic," mí**t** [*meet²*] "jackfruit"

Pronunciation

The pronunciation of consonant letters vary from dialect to dialect in Vietnamese. A detailed discussion is found in Chapter 10. The most common difference, however, is the pronunciation of the letters **d** and **gi**. In several northern dialects, they are pronounced like English **z**, whereas in the central and southern dialects, they are pronounced like English **y**. For example, the words **dao** "knife" and **giao** "to deliver" are both pronounced as [*zaw¹*] in northern dialects, and as [*yaw¹*] in central and southern dialects. These two spellings used to have two distinct pronunciations in old Vietnamese. In modern Vietnamese, they have merged into one similar pronunciation.

🎧 AUDIO 3

Initial Consonants

Listen to the pronunciation of the initial consonant of the following words in the northern dialects (Speaker 1) and in the central and southern dialects (Speaker 2). Repeat after the speakers.

	Dialectal pronunciations of D and GI
1	**d**ải "strip" ~ **gi**ải "award" [*zie⁴ ~ yie⁴*]
2	**d**a "skin" ~ **gi**a "family" [*za¹ ~ ya¹*]
3	**d**ây "string" ~ **gi**ây "second" [*zay¹ ~ yay¹*]
4	**d**ấu "mark" ~ **gi**ấu "to hide" [*zohw² ~ yohw²*]

The word-initial stop consonants **t** and **c/k/q** are always pronounced *unaspirated*, unlike the English stop consonants in such words as "time, cat, kid, quit."

🎧 AUDIO 4

Listen to the pronunciation of the following words in Vietnamese and English to hear the contrast in aspiration of the initial consonants in the two languages.

	Vietnamese word	English word
	Unaspirated initial consonant	*Aspirated initial consonant*
1	**tai** [*tie¹*] "ear"	**t**ie
2	**coi** [*koy¹*] "to watch"	**c**oy
3	**kinh** [*keenh¹*] "canal"	**k**ing
4	**quai** [*kwie¹*] "strap"	**q**uite

Final Consonants

Final consonants in Vietnamese are *not audibly released*. For example, in such words as **hạt** [*hat⁶*] "seed," **nước** [*nŭuhk²*] "water," **hấp** [*hup²*] "to steam," the final **t**, **c** and **p** are formed with the tongue blade touching the upper teeth (for **t**), the back of the tongue touching the soft velum (for **c**) and the lips closing up (for **p**), without being fully pronounced.

🎧 AUDIO 5

Listen to perceive the unreleased final consonants in the following words and repeat after the speaker.

1. **thịt** [*theet⁶*] "meat" – **bắp** [*băp²*] "corn" – **nước** [*nŭuhk²*] "water"
2. **mứt** [*mŭt²*] "candied fruit" – **nếp** [*nehp²*] "sticky rice" – **luộc** [*lwohk⁶*] "to boil"

The Consonants B and D

The consonants **b** and **d** in Vietnamese are pronounced with glottal stop preceding them, creating an effect known as *implosion* (the airflow being obstructed during the pronunciation).

🎧 AUDIO 6

Initial Stop Consonants

Listen to the implosive pronunciation of the initial stop consonants in the following words and repeat after the speaker:

1. **b**ánh [*bănh²*] "cake" – **b**ưởi [*bŭuhy⁴*] "grapefruit" – **b**ột [*boht⁶*] "flour"
2. **đ**ậu [*dohw⁶*] "bean" – **đ**ường [*dŭuhng⁵*] "sugar" – **đ**á [*da²*] "stone"

The Consonant G

The consonant **g** in Vietnamese has a *fricative* pronunciation (with partial blockage of the air stream), as opposed to the *stop* pronunciation of the **g** in English (with complete blockage of the air stream).

The spellings **g** and **gh** represent the same sound, with g used before the letters **a, ă, â, o, ô, ơ, u, ư**, and **gh** used before the letters **e, ê, i**.

This spelling rule also applies to the consonant letters **ng** (before **â, o, ô, ơ, u, ư**) and **ngh** (before **e, ê, i**).

🎧 AUDIO 7

Pronunciation of G/GH

Listen to the fricative pronunciation of the consonant represented by **g/gh** in Vietnamese and compare it with the stop pronunciation of the English **g**. Repeat the Vietnamese words after the speaker.

	Vietnamese G Fricative	English G Stop
1	**gân** [gun^1] "tendon"	gun
2	**gai** [gie^1] "thorn"	guide
3	**găm** [$găm^1$] "to pin"	gum
4	**ghen** [gen^1] "envious"	gain
5	**gông** [$gohngm^1$] "stocks"	gong

A as a Short Vowel

When **a** is followed by **nh** or **ch**, it is pronounced as a short vowel, as in the following words: **chanh** [$chănh^1$] "lemon," **hành** [$hănh^5$] "onion," **thạch** [$thăch^6$] "jelly," **sách** [$shăch^2$] "book." This short vowel is usually spelled **ă** in other contexts such as **ăn** [$ăn^1$] "to eat," **măng** [$măng^1$] "bamboo shoot," **mặt** [$măt^6$] "face," **mặc** [$măk^6$] "to wear.""

🎧 AUDIO 8

Brief and Open A

Listen to the pronunciation of the following words to perceive the difference between the brevity of the vowel sound in the words in the left column and the openness of the vowel sound in the words in the right column. Repeat after the speaker.

	Short vowel	Open vowel
1	**bánh** [$bănh^2$] "cake," **bách** [$băch^2$] "cypress"	**bán** [ban^3] "to sell," **bám** [bam^2] "to cling," **bát** [bat^2] "bowl"
2	**canh** [$kănh^1$] "soup," **cách** [$kăch^2$] "away"	**can** [kan^1] "to dissuade," **cam** [kam^1] "orange," **cát** [kat^2] "sand
3	**sách** [$shăch^2$] "book," **sánh** [$shănh^2$] "comparative"	**sát** [$shat^2$] "adjacent," **sáng** [$shang^2$] "bright," **sán** [$shan^2$] "tapeworm"
4	**khách** [$khăch^2$] "guest," **khánh** [$khănh^2$] "lithophone"	**khát** [$khat^2$] "thirsty," **khác** [$khak^2$] "different," **khám** [$kham^2$] "jail"

Pronunciation of Consonants after O, Ô, U

A number of final consonants are pronounced in conjunction with a *secondary bilabial consonant* (lip rounding pronunciation) when they follow the round vowels **o, ô, u**. This phonetic phenomenon, known as *co-pronunciation*, is not shown in the spelling. Specific cases are the following:

- After **o, ô, u, a** word ending in **c** is pronounced with an additional **p** sound, shown with superscripted **p** in parentheses (which is not shown in the actual spelling) in the following examples: **cóc⁽ᵖ⁾** [*kahkp²*] "toad," **hộc⁽ᵖ⁾** [*hohkp⁶*] "drawer," **chục⁽ᵖ⁾** [*chookp⁶*] "ten."

- After **o, ô, u, a** word ending in **ng** is pronounced with an additional **m** sound, shown with a superscripted **m** in parentheses (which is not shown in the actual spelling) in the following examples: **nóng⁽ᵐ⁾** [*nahngm²*] "hot," **không⁽ᵐ⁾** [*khohngm¹*] "no, not," **đúng⁽ᵐ⁾** [*doongm²*] "correct."

- Note that when **ô** is preceded by **u** (both forming a *diphthong*), lip-rounding co-pronunciation does not apply to words ending either with **c** or with **ng**: **cuốc** [*kwohk²*] "hoe," **uống** [*wohng²*] "to drink."

- The two co-pronunciation cases shown above are present in all Vietnamese dialects. In many central and southern dialects, additional co-pronunciation cases are found. These cases will be discussed in Chapter 10.

🎧 AUDIO 9

Lip-rounding Co-pronunciation
Listen to the pronunciation of the following words that include a lip-rounding co-pronunciation. Repeat after the speaker.

1.	**cóc⁽ᵖ⁾** [*kahkp²*] "toad," **hộc⁽ᵖ⁾** [*hohkp⁶*] "drawer," **chục⁽ᵖ⁾** [*chookp⁶*] "ten"
2.	**nóng⁽ᵐ⁾** [*nahngm²*] "hot," **không⁽ᵐ⁾** [*khohngm¹*] "no," **đúng⁽ᵐ⁾** [*doongm²*] "correct"

🎧 AUDIO 10

Final Consonants and Lip-rounding Co-pronunciation
Listen to the following words that end in the same consonants. The words in the left column are co-pronounced with lip rounding due to their round vowels. The words in the right column do not include a lip-rounding co-pronunciation since they do not contain round vowels.

	With lip-rounding co-pronunciation	Without lip-rounding co-pronunciation
1	**học** [*hahkp⁶*] "to learn"	**hạc** [*hak⁶*] "crane"
2	**sốc** [*shohkp²*] "shock"	**sắc** [*shăk²*] "sharp"
3	**lúc** [*lookp²*] "period"	**lắc** [*lăk²*] "to shake"

	With lip-rounding co-pronunciation	Without lip-rounding co-pronunciation
4	**cong** [*kahngm¹*] "bent"	**căng** [*kăng¹*] "stretched"
5	**cung** [*koongm¹*] "bow"	**cưng** [*kŭng¹*] "dear"
6	**chung** [*choongm¹*] "common"	**chưng** [*chŭng¹*] "to display"

II. PRACTICE

🎧 **AUDIO** 11

A. Initial consonants

Listen to the pronunciation of the following words containing the initial consonants whose pronunciations are subtly different. Repeat after the speaker.

	D	T	TH	TR
1	**đai** [*die¹*] "belt"	**tai** [*tie¹*] "ear"	**thai** [*thie¹*] "fetus"	**trai** [*trie¹*] "boy"
	G/GH	**C/K**	**KH**	**H**
2	**gai** [*gie¹*] "thorn"	**cai** [*kie¹*] "to quit"	**khai** [*khie¹*] "declare"	**hai** [*hie¹*] "two"
3	**ghe** [*ge¹*] "boat"	**ke** [*ke¹*] "quay"	**khe** [*khe¹*] "slit"	**he** [*he¹*] "carp"
	M	**N**	**NH**	**NG/NGH**
4	**mai** [*mie¹*] "morrow"	**nai** [*nie¹*] "deer"	**nhai** [*nhie¹*] "chew"	**ngai** [*ngie¹*] "throne"
5	**mi** [*mee¹*] "eyelid"	**ni** [*nee¹*] "size"	**nhi** [*nhee¹*] "kid"	**nghi** [*ngee¹*] "doubt"
	S	**X**	**CH**	**TR**
6	**song** [*shahngm¹*] "but"	**xong** [*sahngm¹*] "end"	**chong** [*chahngm¹*] "light"	**trong** [*trahngm¹*] "inside"
7	**sa** [*sha¹*] "to fall"	**xa** [*sa¹*] "far"	**cha** [*cha¹*] "father"	**tra** [*tra¹*] "to consult"

🎧 **AUDIO** 12

B. The consonants b and d

Listen to the pronunciation of the stop consonants **b** and **d** in the following Vietnamese words and contrast them with their English counterparts in the words provided.

	Vietnamese B Implosive	English B Non-implosive
1	**bay** [*băy¹*] "to fly"	bay
2	**bom** [*bahm¹*] "bomb"	bomb
3	**bôi** [*bohy¹*] "to apply"	boy
	Vietnamese D Implosive	English D Non-implosive
4	**đây** [*day¹*] "here"	day
5	**đai** [*die¹*] "belt"	die
6	**đu** [*doo¹*] "swing"	do

C. Lip-rounding co-pronunciation

Listen to the pronunciation of the following words and circle the ones with a lip-rounding co-pronunciation.

1. **lăng** [*lăng¹*] "mausoleum"
2. **lông** [*lohngm¹*] "feather"
3. **lung** [*loongm¹*] "far away"
4. **lang** [*lang¹*] "wolf"
5. **lưng** [*lŭng¹*] "back"
6. **luống** [*lwohng²*] "bed (of plants)"
7. **lọc** [*lahkp⁶*] "to filter"
8. **lục** [*lookp⁶*] "to forage"
9. **lạt** [*lat⁶*] "tasteless"
10. **lợt** [*luht⁶*] "light (color)"
11. **luộc** [*lwohk⁶*] "to boil"
12. **lực** [*lŭk⁶*] "strength"

D. Same spelling, different pronunciation of vowel due to the final consonant letters

Put the following words in Column A if their letter **a** represents an open vowel sound (equivalent to the normal spelling **a**), and in Column B if their letter **a** represents a brief, less open vowel sound (together with words having the normal spelling **ă**).

cắp "to grip" – **cánh** "wing" – **cáng** "stretcher" – **cắn** "to bite" – **cán** "handle" – **cách** "method" – **các** "plural marker" – **cám** "bran" – **cắm** "to pitch" – **cắt** "to cut" – **cát** "sand"

Column A / *Open vowel*	Column B / *Brief vowel*

E. In a café

Listen to the following dialogue and repeat after the speakers. *Single underline* the words that contain the letter a representing **a** brief vowel (equivalent to the normal spelling **ă**) and *double underline* the words that have a lip-rounding co-pronunciation.

Bối bàn	Chào cô! Cô muốn dùng gì?
	chaw⁵ koh¹ koh¹ mwohn² yoongm⁵ yee⁵
Waiter	Hello, Miss. What would you like to have?
Khách	Chào anh! Ở đây có những thức uống nào?
	chaw⁵ ănh¹ uh⁴ day¹ kah² nhŭng³ thŭk² wohng² naw⁵
Customer	Hello, Brother. What beverages are there here?
Bối bàn	Chúng tôi có cà-phê đen, cà-phê sữa, trà, nước ngọt và nước lạnh.
	choongm² tohy¹ kah² ka⁵ feh¹ den¹ kah⁵ feh¹ shŭuh³ tra⁵ nŭuhk² ngaht⁶
	va⁵ nŭuhk² lănh⁶
Waiter	We have black coffee, coffee with milk, tea, sodas and water.
Khách	Cho tôi một ly cà-phê sữa đá. Cám ơn anh.
	chah¹ tohy¹ moht⁶ ka⁵ feh¹ shŭuh³ da² kam² uhn¹ ănh¹
Customer	Give me a cup of iced coffee with milk. Thank you.
Bối bàn	Không có chi.
	khohngm¹ kah² chee¹
Waiter	You're welcome.

F. At the fast food counter

Listen to the following dialogue and repeat after the speakers. Underline the words that end with a nasal consonant **(m, n, ng, nh)**.

Nhân viên	Chào ông! Ông muốn mua món gì?
	chaw⁵ ohngm¹ ohngm¹ mwohn² moouh¹ mahn² yee⁵
Server	Hello, sir. What would you like to get?
Khách	Chào bà! Cho tôi một ổ bánh mì thịt nướng.
	chaw⁵ ba⁵ chah¹ tohy¹ moht⁶ oh⁴ bănh² mee⁵ theet⁶ nŭuhng²
Customer	Hello, ma'am. Give me a grilled steak sandwich.
Nhân viên	Ông cần gì nữa không?
	ohngm¹ kun⁵ yee⁵ nŭuh³ khohngm¹
Server	What else would you need?
Khách	Làm ơn cho tôi một phần bánh cuốn nhân tôm và một phần xôi đậu đen.
	lam⁵ uhn¹ chah¹ tohy¹ moht⁵ fun⁵ bănh² kwohn² nhun¹ tohm¹ va⁵ moht⁶ fun⁵ sohy¹ dohw⁶ den¹
Customer	Please give me a portion of rice batter rolls with shrimp stuffing and a portion of black bean sticky rice.

G. In a restaurant

Listen to the following conversation. Repeat after the speakers.

Bối bàn	Chào ông bà! Mời ông bà xem thực đơn.
	chaw⁵ ohngm¹ ba⁵ muhy⁵ ohngm¹ ba⁵ sem¹ thŭk⁶ duhn¹
Waiter	Hello, sir and ma'am. Please take a look at the menu.
Thực khách A	Tôi gọi một tô phở tái gân lớn.
	tohy¹ goy⁶ moht⁶ toh¹ fuh³ tie² gun¹ luhn²
Diner A	I would like to order a large bowl of rare beef noodles with tendon.
Thực khách B	Còn tôi, cho tôi một đĩa cơm gà.
	kahn⁵ tohy¹ chah¹ tohy¹ moht⁶ deeuh³ kuhm¹ ga⁵
Diner B	As for me, give me one plate of chicken rice.
Bối bàn	Ông bà có muốn uống gì không?
	ohngm¹ ba⁵ kah² mwohn² wohng² yee⁵ khohngm¹
Waiter	Would you like to drink anything?
Thực khách A	Cho tôi một ly chanh muối.
	chah¹ tohy¹ moht⁶ lee¹ chănh¹ mwohy²
Diner A	Give me a glass of salted lemonade.
Thực khách B	Và cho tôi một ly sữa đậu nành nóng.
	va⁵ chah¹ tohy¹ moht⁶ lee¹ shŭuh³ dohw⁶ nănh⁵ nahngm²
Diner B	And for me, a glass of hot soy milk.

III. NOTES ON GRAMMAR

The Verb Có

The verb **có** [*kah²*] is used as two types of verb. The first type is that of an *impersonal verb*, equivalent to the English expressions "there is" and "there are." The second type is that of a regular, personal verb, meaning "to have."

Ở đây **có** cà-phê đá không, cô?
uh⁴ day¹ kah² ka⁵ feh¹ da² khohngm¹ koh¹
"Is there iced coffee here, Miss?"

Chúng tôi **có** đủ loại cà-phê.
choongm² tohy¹ kah² doo⁴ lwie⁶ ka⁵ feh¹
"We have all kinds of coffee drinks."

The Adverb Có

As an adverb, **có** means "yes" in several contexts, especially in Yes-No questions in the so-called frame construction **có... không?: Cô có thích ăn chè không?** [*koh¹ kah² theech² ăn¹ che⁵ khohngm¹*] ("Do you like to eat sweet soup (or not)?"). To this type of question, **có** is used to mean "yes" in an answer: **Có, tôi thích ăn chè lắm.** [*kah² tohy¹ theech² ăn¹ che⁵ lăm²*] ("Yes, I like to eat sweet soup very much").

IV. PROVERB

 AUDIO 17

KHÉO ĂN THÌ NO, KHÉO CO THÌ ẤM.
khew² ăn¹ thee⁵ nah¹ khew² kah¹ thee⁵ um²

- **Literal meaning:** If you eat wisely, you will be full; if you curl up deftly, you will be warm.
- **Figurative meaning:** You should know how to make do within your limited means.
- **Cultural implication:** The proverb reflects the way poor people, mostly in the countryside, try to get by with their lives in a philosophical way.

V. ACTIVE VOCABULARY

DANH TỪ – *NOUNS*

bánh mì [*bănh² mee⁵*] bread, sandwich
bò [*bah⁵*] cow; beef
bún [*boon²*] rice vermicelli
cà-phê [*ka⁵ feh¹*] coffee
chè [*che⁵*] sweet soup dessert
cơm [*kuhm¹*] rice
đĩa [*deeuh³*] plate
đũa [*doouh³*] chopsticks
gà [*ga⁵*] hen; chicken
heo [*hew¹*] pig; pork
ly [*lee¹*] glass
mì [*mee⁵*] egg noodles
món [*mahn²*] item; dish
muỗng [*mwohng³*] spoon
nĩa [*neeuh³*] fork
nước [*nŭuhk²*] water
nước đá [*nŭuhk¹ da²*] ice
nước ngọt [*nŭuhk¹ ngaht⁶*] soda, soft drink
phần [*fun⁵*] portion, part
phở [*fuh⁴*] rice noodles
sữa [*shŭuh³*] milk
tách [*tăch²*] cup
thịt [*theet⁶*] meat
thức ăn [*thŭk² ăn¹*] food
thực đơn [*thŭk⁶ duhn¹*] menu
thức uống [*thŭk² wohng²*] beverage, drink
tô [*toh¹*] bowl
tôm [*tohm¹*] shrimp
xôi [*sohy¹*] sticky rice

TÍNH TỪ – *ADJECTIVES*

ấm [*um²*] warm, lukewarm
dở [*yuh⁴*] bad; tasteless
đói [*doy²*] hungry
khát [*khat²*] thirsty
lạnh [*lănh⁶*] cold
mặn [*măn⁶*] salty
ngon [*ngahn¹*] delicious
ngọt [*ngaht⁶*] sweet
nóng [*nahngm²*] hot
vừa [*vŭuh⁵*] medium

ĐỘNG TỪ – *VERBS*

ăn [*ăn¹*] to eat
cần [*kun⁵*] to need
cho [*chah¹*] to give
có [*kah²*] to have; there is/there are
dùng [*yoongm⁵*] to use; to have (meal, food)
gọi [*goy⁶*] to call; to order (food, drinks)
mời [*muhy⁵*] to invite
muốn [*mwohn²*] to want
uống [*wohng²*] to drink
xem [*sem¹*] to look at; to watch

THÀNH NGỮ – *EXPRESSIONS*

cám ơn [*kam² uhn¹*] thanks
không có chi [*khohngm¹ kah² chee¹*]
  you're welcome
làm ơn [*lam⁵ uhn¹*] please

CHAPTER 5
Tones – Tone Marks
Clothing and Shopping

I. TONES AND TONE MARKS

Vietnamese is a tonal language. A tone is a *fixed pitch* associated with a word to give it a distinct meaning. There are six tones in standard Vietnamese. In spelling, however, only five of the tones are represented by tone marks. The numbers used in the pronunciations are based on the descending order of the tones, from highest to lowest.

🎧 **AUDIO** 1

Tones

Listen to the pronunciation of the consonants represented by the letters.

	Tone description	Tone mark	Name	Example
1	Mid-high; level	N/A	N/A	**la** [la^1] "to shout"
2	High; rising	´	**sắc** "sharp"	**lá** [la^2] "leaf"
3	Mid-high; rising; glottalized	~	**ngã** "tumble"	**lã** [la^3] "water"
4	Mid-low; rising	?	**hỏi** "asking"	**lả** [la^4] "exhausted"
5	Mid-low; falling	`	**huyền** "deep"	**là** [la^5] "to be"
6	Low-falling; glottalized	.	**nặng** "heavy"	**lạ** [la^6] "strange"

The tones can be conceptually represented using a musical staff with arrows instead of notes (their height on the staff relatively corresponding to their pitch level), and a letter T (symbolizing "tone") for decorative purposes, as follows:

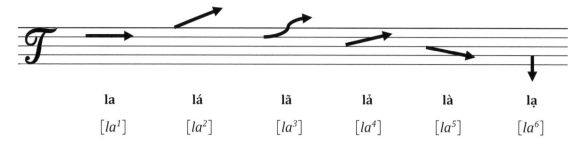

la	lá	lã	lả	là	lạ
[*la¹*]	[*la²*]	[*la³*]	[*la⁴*]	[*la⁵*]	[*la⁶*]

NOTES ON TONES

Regional Differences

Only in most northern dialects do all the six tones exist, with a clear distinction between the mid-high, rising and glottalized tone (as in **lã** [*la³*]) and the mid-low, rising tone (as in **lả** [*la⁴*]). In the central and southern regions, these two tones normally merge into one resembling the latter tone.

Tones in the Audio

The tones heard in the audio are pronounced in a neutral manner for practical purposes, to help the learner distinguish one word from another based on the sole difference between them, other factors being equal. Tone patterns in regional dialects can differ ranging from lightly to greatly.

Mid-high Level Tone

Pay attention to the fact that the mid-high, level tone is a "tone" in its own right, although there is no accent mark to represent it in the spelling. In other words, this is an "unmarked" tone.

Accidental Gaps

A form can have up to six different tones, yielding six different meanings. However, not every form has all the six tones. When a form is associated with a tone without containing any meaning, it is called an "accidental gap" in the language. For example, only three of the following six forms are real "words" (with a meaning): **cua** [*koouh¹*] "crab," **cúa** [*koouh²*] "palate," ***cũa** [*koouh³*] (no meaning), **của** [*koouh⁴*] "of," ***cùa** [*koouh⁵*] (no meaning), ***cụa** [*koouh⁵*] (no meaning).

Stop Consonant Ending

If a syllable or a word ends in a *stop consonant* (spelled as **c, ch, p, t**), only two tones are possible, namely the high-rising tone (Number 2 in the chart) and the low-falling, glottalized tone (Number 6 in the chart). Some examples are **cóc** [*kahkp¹*] "toad," **cọc** [*kahkp⁶*] "stake," **sách** [*shăch²*] "book," **sạch** [*shăch⁶*] "clean," **lớp** [*luhp²*] "class," **lợp** [*luhp⁶*] "to roof," **hát** [*hat²*] "to sing," **hạt** [*hat⁶*] "seed."

NOTES ON TONE MARKS (ACCENT MARKS/DIACRITICS)

Tone Mark Naming

The Vietnamese term for "mark" is **dấu** [*yohw²*]. In order to name the tone marks, one will say (from number 2 to number 6 in the chart above) **dấu sắc** [*yohw² shăk²*], **dấu ngã** [*yohw² nga³*],

dấu hỏi [*yohw² hoy⁴*], **dấu huyền** [*yohw² hwyehn⁵*], **dấu nặng** [*yohw² năng⁶*], respectively. When referring to the tones themselves, for which the term is **thanh** [*thănh¹*], one should say **thanh ngang (1)** [*thănh¹ ngang¹*], **thanh sắc (2)** [*thănh¹ shăk²*], **thanh ngã (3)** [*thănh¹ nga³*], **thanh hỏi (4)** [*thănh¹ hoy⁴*], **thanh huyền (5)** [*thănh¹ hwyehn⁵*], **thanh nặng (6)** [*thănh¹ năng⁶*].

Tone Mark Placement

Tone marks, also known as *accent marks* or *diacritics*, are placed over (or under, for the low-falling, glottalized tone) a vowel letter to indicate its tone. In a diphthong (with two vowel letters, one representing a full vowel and the other, a semi-vowel (or glide)), the tone mark is placed over (or under) the vowel that represents a full vowel, not on the vowel letter that represents a semi-vowel. A difference in the position of tone marks can be observed in the words **quả** [*kwa⁴*] "fruit," where **a** is a full vowel (thus bearing the tone mark) and **u** is a semi-vowel, and **của** [*koouh⁴*] "of," where **u** is a full vowel (bearing the tone mark) and **a** is a semi-vowel. The same rule applies to words containing triphthongs: **người** [*ngŭuhy⁵*] "person" (**ơ** is a full vowel),

Tone Marks and Vowel Accent Marks

As observable, a tone mark can cooccur with a vowel accent mark (Chapter 2) in many instances. While the arrangement of the marks is automatic with word processing on a computer, it should be carefully done when hand writing words elsewhere. For example, the "sharp" mark (**dấu sắc**) would be placed to the right of the circumflex, as in the word **tốt** [*toht²*] "good."

II. PRACTICE

🎧 AUDIO 2

A. Tone differentiation

Listen to the words with different tones given below and visually associate them with how they are represented on the musical staff. Repeat after the speaker.

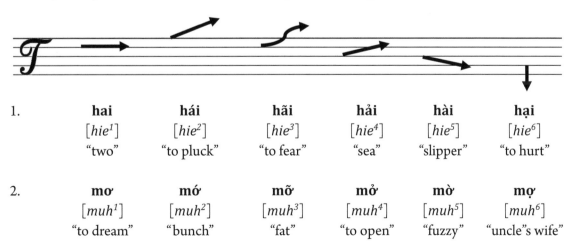

1.   **hai**   **hái**   **hãi**   **hải**   **hài**   **hại**
     [*hie¹*]   [*hie²*]   [*hie³*]   [*hie⁴*]   [*hie⁵*]   [*hie⁶*]
     "two"   "to pluck"   "to fear"   "sea"   "slipper"   "to hurt"

2.   **mơ**   **mớ**   **mỡ**   **mở**   **mờ**   **mợ**
     [*muh¹*]   [*muh²*]   [*muh³*]   [*muh⁴*]   [*muh⁵*]   [*muh⁶*]
     "to dream"   "bunch"   "fat"   "to open"   "fuzzy"   "uncle's wife"

3.	bao	báo	bão	bảo	bào	bạo
	[*baw¹*]	[*baw²*]	[*baw³*]	[*baw⁴*]	[*baw⁵*]	[*baw⁶*]
	"bag"	"newspaper"	"storm"	"to tell"	"to smooth"	"bold"

4.	đây	đấy	đẫy	đẩy	đầy	đậy
	[*day¹*]	[*day²*]	[*day³*]	[*day⁴*]	[*day⁵*]	[*day⁶*]
	"here"	"there"	"corpulent"	"to push"	"full"	"to cover"

5.	vân	vấn	vẫn	vẩn	vần	vận
	[*vun¹*]	[*vun²*]	[*vun³*]	[*vun⁴*]	[*vun⁵*]	[*vun⁶*]
	"vein"	"to roll"	"still"	"murky"	"syllable"	"chance"

🎧 **AUDIO 3**

B. Tones and accent marks

Listen to the pronunciation of the words below to recognize the tones that come with them. The words are given without tone marks. Write the correct tone marks on each word, except for the ones that bear the mid-high, rising tone, which has no corresponding mark.

1.	**quân tây**	"trousers, pants"	9.	**ao thun**	"T-shirt"
2.	**ao đâm**	"dress"	10.	**cơ nho**	"small size"
3.	**non la**	"conical hat"	11.	**gang tay**	"gloves"
4.	**ca-vat**	"necktie"	12.	**vay ngăn**	"miniskirt"
5.	**ao lot**	"undershirt"	13.	**ao dai**	"Vietnamese dress"
6.	**ao quân**	"clothing"	14.	**ao khoac**	"jacket"
7.	**vơ dai**	"stockings"	15.	**mu len**	"woolen cap"
8.	**giay thê thao**	"tennis shoes"			

🎧 **AUDIO 4**

C. Sentences containing words of the same tones

Listen to the pronunciation of the words below to recognize the tones that come with them. The words are given without tone marks. Write the correct tone marks on each word, except for the ones that bear the mid-high, rising tone, which has no corresponding mark.

1. (*Mid-high, level tone*) **Hôm qua tôi đi mua sơ-mi.** *hohm¹ kwa¹ tohy¹ dee¹ moouh¹ shuh¹ mee¹* – "I went shirt shopping yesterday."

2. (*High-rising tone*) **Chúng nó có áo ấm mới.** *choongm² nah² kah² aw² um² muhy²* – "They have new sweaters."

3. (*Mid-high-rising, glottalized tone*) **Vũ vẫn giữ mũ cũ.** *voo³ vun³ yŭ³ moo³ koo³* – "Vu still keeps his old hats."

4. (*Mid-low, rising tone*) **Trẻ nhỏ mở cửa sổ.** *tre⁴ nhah⁴ muh⁴ kŭuh⁴ shoh³* – "The kids were opening the windows."

5. (*Mid-low, falling tone*) **Bà cần giày màu vàng à?** *ba⁵ kun⁵ yay⁵ maw⁵ vang⁵ a⁵* – "Do you need yellow shoes, Ma'am?"

6. (*Low-falling, glottalized tone*) **Cậu Hiệp mượn mẹ một triệu bạc.** *kohw⁶ hyehp⁶ mŭuhn⁶ me⁶ moht⁶ tryehw⁶ bak⁶* – "Uncle Hiep borrowed one million *dong* from Mom."

D. Sentences containing words of various tones

Listen to the following sentences containing various tones. Repeat after the speaker.

1. | **Cái** | **áo** | **choàng** | **này** | **giá** | **bao** | **nhiêu?** |
    | *kie²* | *aw²* | *chwang⁵* | *nay⁵* | *ya²* | *baw¹* | *nhyehw¹* |

    How much is this coat?

2. | **Tại** | **sao** | **con** | **không** | **mang** | **giày** | **mới?** |
    | *tie⁶* | *shaw¹* | *kahn¹* | *khohngm¹* | *mang¹* | *yăy⁵* | *muhy²* |

    Why are you not wearing your new shoes, child?

3. | **Cô** | **thích** | **đội** | **mũ** | **đen** | **à?** |
    | *koh¹* | *theech²* | *dohy⁶* | *moo³* | *den¹* | *a⁵* |

    You like to wear black hats, don"t you?

4. | **Những** | **cái** | **quần** | **lót** | **này** | **rẻ** | **quá!** |
    | *nhŭnh³* | *kie²* | *kwun⁵* | *laht²* | *năy⁵* | *re⁴* | *kwa²* |

    These underpants are so cheap!

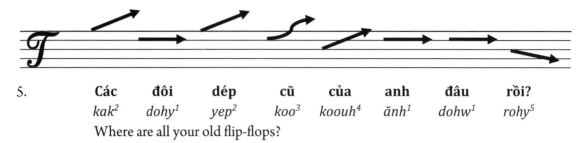

5. | **Các** | **đôi** | **dép** | **cũ** | **của** | **anh** | **đâu** | **rồi?** |
    |---------|---------|---------|--------|---------|---------|---------|----------|
    | *kak²* | *dohy¹* | *yep²* | *koo³* | *koouh⁴* | *ănh¹* | *dohw¹* | *rohy⁵* |

    Where are all your old flip-flops?

🎧 **AUDIO** 6

E. In a clothing boutique

Listen to the following dialogue and pay attention to the tone variety in the sentences. Repeat after the speakers.

Người bán hàng	Chào ông! Ông cần gì ạ?
	chaw⁵ ohngm¹ ohngm¹ kun⁵ yee⁵ a⁶
Salesclerk	Hello, sir! How can I help you? ("What do you need?")
Khách hàng	Chào cô! Tôi cần vài đôi vớ đen, một cái sơ-mi trắng dài tay và một bộ vét nâu.
	chaw⁵ koh¹ tohy¹ kun⁵ vie⁵ dohy¹ vuh² den¹ moht⁶ kie² aw² shuh¹ mee¹ trăng² yie⁵ tăy¹ va⁵ moht⁶ boh⁶ vet² nohw¹
Customer	I need some black socks, a white long-sleeve shirt and a brown suit.
Người bán hàng	Ông mặc áo và quần cỡ nào?
	ohngm¹ măk⁶ aw² va⁵ kwun⁵ kuh³ naw⁵
Salesclerk	What size shirt and pants do you wear?
Khách hàng	Tôi mặc áo cỡ vừa và mặc quần cỡ 32, chiều dài 30.
	tohy¹ măk⁶ aw² kuh³ vŭuh⁵ va⁵ măk⁶ kwun⁵ kuh⁴ [ba¹ mŭuhy¹ hie¹] chyehw⁵ yie⁵ [ba¹ mŭuhy¹]

Customer	I wear a medium size in shirts and size 32, 30 length pants.
Người bán hàng	Ông có muốn mặc thử những thứ này không?
	ohngm¹ kah² mwohn¹ măk⁶ thŭ⁴ nhŭng³ thŭ² năy⁵ khohngm¹
Salesclerk	Would you like to try on these items?
Khách hàng	Có chứ! À, tôi cần một đôi giày nâu nữa. Tôi mang cỡ số 8.
	kah² chŭ² a⁵ tohy¹ kun⁵ moht⁶ dohy¹ yăy⁵ măw⁵ nohw¹ nŭuh³ tohy¹
	mang¹ kuh³ shoh² tam²
Customer	Of course. Oh, I also wanted a pair of brown shoes. I wear a size 8.
Người bán hàng	Ông trả bằng tiền mặt hay bằng thẻ tín dụng ạ?
	ohngm¹ tra⁴ băng⁵ tyehn⁵ măt⁶ hăy¹ the⁴ teen² yungm⁶ a⁶
Salesclerk	Do you pay in cash or with a credit card?
Khách hàng	Tôi trả bằng tiền mặt. Được không, cô?
	tohy¹ tra⁴ băng⁵ tyehn⁵ măt⁶ dŭuhk⁶ khohngm¹ koh¹
Customer	I pay in cash. Is that OK with you?

F. Using numbers

Write sentences in Vietnamese based on the English sentences provided and write out the numbers in words. Refer to the Notes on Grammar section for information on numbers and the Active Vocabulary list for necessary words.

1. I wear size 101-centimeter length pants.

   _____

2. This gold watch costs 15 million *dong*.

   _____

3. All those high heel shoes cost no less than 400 dollars.

   _____

4. These Vietnamese dresses are 95 centimeters long.

   _____

5. Does this silver necklace cost 2,361 dollars?

   _____

III. NOTES ON GRAMMAR
A. Plural markers

Nouns in Vietnamese are not marked for plural forms. Noun plurality is expressed in different ways, one of which is the use of the particles—called "plural markers"—**những** and **các**. **Những** is used before a noun (usually with a classifier in between where necessary) to mean "some of…," while **các** means "all of…."

> **Những** đôi vớ xám này đắt lắm.
> *nhŭng³ dohy¹ vuh² sam² năy⁵ dăt² lăm²*
> "These gray socks are very expensive."

> **Các** khăn quàng lụa đã bán hết rồi.
> *kak² khăn¹ kwang⁵ loouh⁶ da³ ban² heht² rohy⁵*
> "All the silk scarves are sold out."

Plurality can also be expressed when nouns are used alone or in compound forms:

> Tôi ít khi mặc **quần** jeans.
> *tohy¹ eet² khee¹ măk⁵ kwun⁵ jeans*
> "I rarely wear jeans."

> **Quần áo** và **giày dép** của em đâu cả rồi?
> *kwun⁵ aw² va⁵ yăy⁵ yep² koouh⁴ kak² em¹ dohw¹ ka⁴ rohy⁵*
> "Where are all your clothes and shoes?"

B. Numbers

Observe the numbers that follow and pay attention to the irregular forms shown in italics.

- **không** [*khohngm¹*] (0) – **một** [*moht⁶*] (1) – **hai** [*hie¹*] (2) – **ba** [*ba¹*] (3) – **bốn** [*bohn²*] (4) – **năm** [*năm¹*] (5) – **sáu** [*shăw²*] (6) – **bảy** [*băy⁴*] (7) – **tám** [*tam²*] (8) – **chín** [*cheen²*] (9) – **mười** [*mŭuhy⁵*] (10)

- **mười một** [*mŭuhy⁵ moht⁶*] (11) – **mười hai** [*mŭuhy⁵ hie¹*] (12) – **mười ba** [*mŭuhy⁵ ba¹*] (13) – **mười bốn** [*mŭuhy⁵ bohn¹*] (14) – **mười lăm** [*mŭuhy⁵ lăm¹*] (15) – **mười sáu** [*mŭuhy⁵ shăw¹*] (16) – **mười bảy** [*mŭuhy⁵ băy⁴*] (17) – **mười tám** [*mŭuhy⁵ tam²*] (18) – **mười chín** [*mŭuhy⁵ cheen²*] (19)

- **hai mươi** [*hie¹ mŭuhy¹*] (20) – **hai mươi mốt** [*hie¹ mŭuhy¹ moht²*] (21) – **hai mươi hai** [*hie¹ mŭuhy¹ hie¹*] (22) – **hai mươi ba** [*hie¹ mŭuhy¹ ba¹*] (23) – **hai mươi bốn** [*hie¹ mŭuhy¹ bohn¹*] (24) – **hai mươi lăm** [*hie¹ mŭuhy¹ lăm¹*] (25) – **hai mươi sáu** (26) [*hie¹ mŭuhy¹ shăw²*] – **hai mươi bảy** (27) [*hie¹ mŭuhy¹ băy⁴*] – **hai mươi tám** (28) [*hie¹ mŭuhy¹ tam¹*] – **hai mươi chín** [*hie¹ mŭuhy¹ cheen¹*] (29)

- **ba mươi** [*ba mŭuhy¹*] (30) – **bốn mươi** [*bohn¹ mŭuhy¹*] (40) – **năm mươi** [*năm¹ mŭuhy¹*] (50) – **sáu mươi** [*shăw² mŭuhy¹*] (60) – **bảy mươi** [*băy⁴ mŭuhy¹*] (70) – **tám mươi** [*tam¹ mŭuhy¹*] (80) – [*cheen¹ mŭuhy¹*] **chín mươi** (90)

- **một trăm** [*moht⁶ trăm¹*] (100) – [*hie¹ trăm¹*] **hai trăm** (200) – [*ba¹ trăm¹*] **ba trăm** (300), etc.

- **một ngàn** [*moht⁶ ngan⁵*] (1,000) – **hai ngàn** [*hie¹ ngan⁵*] (2,000) – **ba ngàn** [*ba¹ ngan⁵*] (3,000), etc.

- **mười ngàn** [*mŭuhy⁵ ngan⁵*] (10,000) – **hai mươi ngàn** [*hie¹ mŭuhy¹ ngan⁵*] (20,000) – **một trăm ngàn** [*moht⁶ trăm¹ ngan⁵*] (100,000), etc.

- **một triệu** [*moht⁶ tryehw⁵*] (1,000,000) – **một tỷ** [*moht⁶ tee⁴*] (1,000,000,000) – **một ngàn tỷ** [*moht⁶ ngan⁵ tee⁴*] (1,000,000,000,000).

Notes on numbers:

- When **năm** [*năm¹*] (5) appears after another number, it becomes **lăm** [*lăm¹*] (15, 25, 35, 45, etc.)

- When **mười** [*mŭuhy⁵*] (10) appears after another number, it becomes **mươi** [*mŭuhy¹*] (20, 30, 40, 50, etc.).

- When **một** [*moht⁶*] (1) appears after **mươi**, it becomes **mốt** [*moht²*] (21, 31, 41, 51, etc.).

- In Vietnam, a period is used between whole numbers, and a comma between a whole number and a decimal number. Thus, *one thousand five hundred forty-six point five zero* is written as 1.546,50.

- A zero in the hundreds is said as **không trăm** [*khohngm¹ trăm¹*] ("zero hundred") and a zero in the tens is said as **lẻ** [*le⁴*] ("odd"). Thus 2,005 is said as **hai ngàn không trăm lẻ năm** [*hie¹ ngan⁵ khohngm¹ trăm¹ le⁴ năm¹*].

- In the northern dialects, **ngàn** [*ngan⁵*] (thousand) is **nghìn** [*ngeen⁵*].

- Numbers in the thousands in Vietnamese are said fully, such as **một ngàn chín trăm tám mươi lăm** [*moht⁶ ngan⁵ cheen¹ trăm¹ tam² mǔuhy⁵ lăm¹*] (one thousand nine hundred eighty-five), and never as "nineteen eighty-five" as in English.

IV. PROVERB

🎧 **AUDIO** 7

ÁO MẶC SAO QUA KHỎI ĐẦU.
aw² măk⁵ shaw¹ kwa¹ khoy⁴ dohw⁵

- **Literal meaning:** A shirt cannot be worn past the head.
- **Figurative meaning:** Children must respect and obey their parents.
- **Cultural implication:** The family is a very important unit in Vietnamese society, in which the parents have the utmost authority in most everything that family members do.

V. ACTIVE VOCABULARY

DANH TỪ – *NOUNS*

áo choàng [*aw² chwang⁵*] coat
áo dài [*aw² yie⁵*] Vietnamese dress
áo đầm [*aw² dum⁵*] dress
áo khoác [*aw² khwak²*] blazer
áo len [*aw² len¹*] sweater
áo thun [*aw² thoon¹*] T-shirt
áo vét [*aw² vet²*] suit jacket
cỡ [*kuh⁴*] size
dây chuyền [*yay¹ chwyehn⁵*] necklace
giá [*ya²*] price
khăn quàng [*khăn¹ kwang⁵*] scarf
nón [*nahn²*] hat
quần tây [*kwun⁵ tay¹*] pants
số [*shoh²*] number
tiền [*tyehn⁵*] money
váy [*văy²*] skirt
vớ [*vuh²*] sock

TÍNH TỪ – *ADJECTIVES*

chật [*chut⁶*] tight
dài [*yie⁵*] long
đắt [*dăt²*] expensive
ngắn [*ngăn²*] short (lengthwise)
rẻ [*re⁴*] affordable, cheap
rộng [*rohngm⁶*] loose; wide

ĐỘNG TỪ – *VERBS*

bán [*ban²*] to sell
cởi ra [*kuhy⁴ ra¹*] to take off (clothing)
đếm [*dehm²*] to count
đi mua sắm [*dee¹ moouh¹ shăm²*] to go shopping
đội [*dohy⁶*] to wear (on the head)
mặc [*măk⁶*] to wear (clothing)
mặc vào [*măk⁶ vaw⁵*] to put on (clothing)
mang [*mang¹*] to wear (accessories)
mua [*moouh¹*] to buy
trả [*tra⁴*] to pay

THÀNH NGỮ – *EXPRESSIONS*

anh mặc áo cỡ nào? [*ănh¹ măk⁶ aw² kuh⁴ naw⁵*] what size shirt do you wear?
cái quần này giá bao nhiêu? [*kie² kwun⁵ năy⁵ ya² baw¹ nhyehw¹*] how much is this pair of pants?
chỉ nhận tiền mặt [*chee⁴ nhun⁶ tyehn⁵ măt⁶*] cash only
cô mang giày số mấy? [*koh¹ mang¹ yăy⁵ shoh² may²*] what size shoe do you wear?
ông cần gì ạ? [*ohngm¹ kun⁵ yee⁵ a⁶*] how can I help you, sir?

CHAPTER 6
Sentence Structure – Intonation
Daily Activities

I. SENTENCE STRUCTURE

In general, Vietnamese is classified as an SVO language, or one with the Subject-Verb-Object order in *declarative sentences*, which is a common word order in most of the world's languages. In negative sentences, negative adverbs precede the verb.

Tôi thường **ăn sáng** vào lúc 7 giờ.
Subject   Verb Object

tohy[1] thǔuhng[5] ăn[1] shang[2] vaw[5] lookp[2] bǎy[4] yuh[5]
"I usually have breakfast at 7 a.m."

Mẹ **không bao giờ tắm** vào buổi tối.
        Negative adverb   Verb

me[6] khohngm[1] baw[1] yuh[5] tăm[2] vahw[5] bwohy[4] tohy[2]
"Mom never takes a bath in the evening."

Going further inside the sentence structure down to the phrase level, however, it can be observed that word order becomes different compared to English. For example, while numeral adjectives and quantifiers precede nouns as in English, *descriptive and demonstrative adjectives* follow them.

Con không ăn **mấy** quả **trứng**	**nhỏ**	**này**	à?
Quantifier *NOUN*	*Descriptive Adj.*	*Demonstrative Adj.*	

kahn¹ khohngm¹ ăn¹ may² kwa⁴ trŭng² nhah⁴ năy⁵ a⁵

"Are you not eating these small eggs?"

More often than not, *adverbs of time and place* are used at the beginning of a sentence instead of at the end.

Tối nay con nên đi ngủ sớm.
tohy² năy¹ kahn¹ nehn¹ dee¹ ngoo⁴ shuhm²
"You should go to bed early tonight."

Ở đây có bán thức ăn trưa.
uh⁴ day¹ kah² ban² thŭk² ăn¹ trŭuh¹
"We serve lunch here."

Regarding specific questions (equivalent to Wh-questions in English), the positions of interrogative words are different from English as well. As a rule of thumb, *interrogative pronouns* remain in the same position reserved for their relevant grammatical function as subject or object in statements (including object of a preposition or subject/object complement). Compare the statements and their corresponding questions below:

(*Statement*) **Bố** đang cạo râu trong phòng tắm.
boh² dang¹ kaw⁶ rohw¹ trahngm¹ fahngm⁵ tăm²
"Dad is shaving in the bathroom."

(*Question*) **Ai** đang cạo râu trong phòng tắm?
ie¹ dang¹ kaw⁶ rohw¹ trahngm¹ fahngm⁵ tăm²
"**Who** is shaving in the bathroom?"

(*Statement*) Chị Hoa pha cà-phê cho **anh Tuấn.**
chee⁶ hwa¹ fa¹ ka⁵ feh¹ chah¹ ănh¹ twun²
"Hoa is making coffee for Tuan."

(*Question*) Chị Hoa pha cà-phê cho **ai?**
chee⁶ hwa¹ fa¹ ka⁵ feh¹ chah¹ ie¹
"**Who** is Hoa making coffee for?"

(*Statement*) Cô Thuý làm **y tá** ở bệnh viện.
koh¹ thwee² lam⁵ ee¹ ta² uh⁴ behnh⁶ vyehn⁶
"Miss Thuy works as a nurse in the hospital."

(*Question*) Cô Thuý làm **gì** ở bệnh viện?
koh¹ thwee² lam⁵ yee⁵ uh⁴ behnh⁶ vyehn⁶
"**What** job does Miss Thuy do in the hospital?"

Other types of interrogative words have unpredictable positions in specific questions. Observation is needed to remember whether an interrogative word goes at the beginning or at the end of a question. Examine the following examples:

Tại sao hôm nay anh không đi làm?
tie⁶ shaw¹ hohm¹ năy¹ ănh¹ khohngm¹ dee¹ lam⁵
"**Why** don't you go to work today?"

Con cảm thấy **thế nào**?
kahn¹ kam⁴ thay² theh² nahw⁵
"**How** are you feeling, son?"

Mấy giờ cô đi ngủ? or Cô đi ngủ lúc **mấy** giờ?
may² yuh⁵ koh¹ dee¹ ngu⁴ ~ koh¹ dee¹ ngu⁴ lookp² may² yuh⁵
"**What** time do you go to bed?"

Cái áo đầm này giá **bao nhiêu**?
kie² aw² dum⁵ năy⁵ ya² baw¹ nhyehw¹
"How much is this dress?"

A few interrogative words even have two possible positions with different nuances:

Làm sao em biết mẹ sẽ đi làm về sớm?
lam⁵ shaw¹ em¹ byeht² me⁶ she⁴ dee¹ lam⁵ veh⁵ shuhm²
"**How** do you know Mom will come home from work early today?"
(how = "by what means?")

Chị nấu món này **làm sao**?
chee⁵ nohw² mahn² năy⁵ lam⁵ shaw¹
"**How** do you make this dish?" (how = "in what manner?")

Khi nào các cô về nhà?
khee¹ naw⁵ kak² koh¹ veh⁵ nha⁵
"**When** will you come home?" (Future reference)

Các cô về nhà **khi nào**?
kak² koh¹ veh⁵ nha⁵ khee¹ naw⁵
"**When** do/did you come home?" (Present or past reference)

A specific question does not necessarily end with an interrogative word if the speaker chooses to use a particle (Chapter 9) after it:

Các em đi **đâu** đó?
kak² em¹ dee¹ dohw¹ dah²
"**Where** are you guys going, eh?"

Anh học trường **nào** vậy?
ănh¹ hahkp⁶ trŭuhng⁵ naw⁵ vay⁶
"**Which** school are you attending, huh?"

Exclamatory adverbs are also found toward the end of exclamatory sentences:

Bài tập này khó **thế nào** ấy!
bie⁵ tup⁶ năy⁵ khah² theh² naw⁵ ay²
"**What** a difficult exercise this is!"

Mẹ làm bánh khéo **làm sao**!
me⁶ lam⁵ bănh² khew² lam⁵ shaw¹
"**How** skillfully Mom bakes her cakes!"

Gặp cô tôi mừng biết **chừng nào**!
găp⁶ koh¹ tohy¹ mŭng⁵ byeht² chŭng⁵ naw⁵
"**How** glad I am to see you!"

Tôi nhớ các bạn biết **bao nhiêu**!
tohy¹ nhuh² kak² ban⁶ byeht² baw¹ nhyehw¹
"**How** much I've been missing you guys!"

II. INTONATION

Since Vietnamese is a tonal language, the tone of each word usually remains consistent throughout a given sentence, as opposed to English—a non-tonal language—where spoken pitch varies according to the speaker's attitudes or emotions. Also, final intonation in English (at the end of a phrase or a sentence) is syntactically determined (falling intonation for statements, exclamations and specific questions, rising intonation for Yes-No questions, for example). In Vietnamese, technically the tone of the last word in any type of sentence can remain as it is. Final intonation only comes into play when the speaker wants to express an attitude or an emotion together with what he or she says. Thus, emotional intonation in Vietnamese—as it can be aptly called—is usually expressed in three ways: *None* (keeping the tone of the last word unchanged, symbolized as ↔), *rising* (showing a successive additive higher pitch, symbolized as ↗), and *falling* (showing a successive additive lower pitch, symbolized as ↘). Note that, however, the rising and falling final intonation are not always possible with all types of sentences, depending on what they express semantically.

A. Sentence intonations

Listen to the different final intonations expressed in the following sentences and repeat after the speaker.

1. Tôi có biết gì đâu!
   tohy¹ kah² byeht² yee⁵ dohw¹
   "I had no idea!"
   a. ↔ (*No emotion expressed*)
   b. ↗ (*Surprised*)
   c. ↘ (*Careless*)

2. Con đánh răng chưa?
   kahn¹ dănh² răng¹ chŭuh¹
   "Have you brushed your teeth?"
   a. ↔ (*No emotion expressed*)
   b. ↗ (*Inquisitive*)

3. Chúng tôi biết chuyện đó chứ!
   choongm² tohy¹ byeht² chwyehn⁶ dah² chŭ²
   "We do know that."
   a. ↔ (*No emotion expressed*)
   b. ↗ (*Emphatic*)
   c. ↘ (*Friendly*)

III. PRACTICE

🎧 **AUDIO** 2

A. Specific questions and interrogative words

Listen to the following statements, then fill in the blanks in the accompanying specific questions (based on the underlined elements) with a correct interrogative word.

gì "what"   **nào** "which"   **bao nhiêu** "how much/how many"   **ở đâu** "where at"
đâu "where to"   **thế nào** "how/what... like"   **làm sao** "how"   **ai** "who"
tại sao "why"   **mấy** "how many"   **khi nào** "when"   **bao lâu** "how long"

Model   *Statement*:   Chúng tôi thường ăn **bánh mì** vào bữa ăn sáng.
choongm² tohy¹ thŭuhng⁵ ăn¹ bănh² mee⁵ vaw⁵ bŭuh³ ăn¹ shang²
"We usually have bread for breakfast."

   Question: Các anh thường ăn ___**GÌ**___ vào bữa ăn sáng?
kak² ănh¹ thŭuhng⁵ ăn¹ yee⁵ vaw⁵ bŭuh³ ăn¹ shang²

1. **S:** Mẹ đang ủi quần áo cho **chúng tôi**.
   me⁶ dang¹ ooy⁴ kwun⁵ aw² chah¹ choongm² tohy¹
   "Mom is ironing clothes for us."
   Q: Mẹ đang ủi quần áo cho _____?

2. **S:** Em tôi mặc quần áo **sau khi tắm vòi sen**.
   em¹ tohy¹ măk⁶ kwun⁵ aw² shăw¹ khee¹ tăm² voy⁵ shen¹
   "My little sister gets dressed after taking a shower."
   Q: Em của cô mặc quần áo _____?

3. **S:** Tôi thường đi ngủ vào lúc **mười một** giờ đêm.
   tohy² thŭuhng⁵ dee¹ ngoo⁴ vaw⁵ lookp² mŭuhy⁵ moht⁶ yuh⁵ dehm¹
   "I usually go to bed at 11 p.m."
   Q: Chị thường đi ngủ vào lúc _____ giờ?

4. **S:** Anh ấy làm việc **35** tiếng một tuần.
   ănh¹ ay² lam⁵ vyehk⁶ ba¹ mŭuhy¹ lăm¹ tyehng² moht⁶ twun⁵
   "He works 35 hours a week."
   Q: Anh ấy làm việc _____ tiếng một tuần?

5. **S:** Mỗi buổi sáng cô Mai trang điểm mất **nửa tiếng**.
   mohy³ bwohy⁴ shang² koh¹ mie¹ trang¹ dyehm⁴ mut² nŭuh⁴ tyehng²
   "It takes Miss Mai half an hour to put on makeup every morning."
   Q: Mỗi buổi sáng cô Mai trang điểm mất _____?

6. **S:** Cuối tuần này chúng ta sẽ đi **biển**.
   kwohy² twun⁵ năy⁵ choongm² ta¹ she³ dee¹ byehn⁴
   "We will go to the beach this weekend."
   Q: Cuối tuần này chúng ta sẽ đi _____?

7. **S:** Anh Huy làm việc **ở ngân hàng**.
   ănh¹ hwee¹ lam⁵ vyehk⁶ uh⁴ ngun¹ hang⁵
   "Huy works in a bank."
   Q: Anh Huy làm việc _____?

8. **S:** Sáng nay cô Thuý đi làm trễ vì **bị kẹt xe trên xa lộ**.
   shang² năy¹ koh¹ thwee² dee¹ lam⁵ treh⁴ vee⁵ bee⁵ ket⁶ se¹ trehn¹ sa¹ loh⁶
   "Miss Thuy came to work late this morning because she got stuck in traffic on the freeway."
   Q: _____ sáng nay cô Thuý đi làm trễ?

9. **S:** Tôi học trường Đại Học **Quốc Gia Sài Gòn**.
    tohy¹ hahkp⁶ trŭuhng⁵ die⁶ hahkp⁶ kwohk² ya¹ shie⁵ gahn⁵
    "I am attending the Saigon National University."

    Q: Anh học trường Đại Học _____?

10. **S:** Maria nói tiếng **Tây Ban Nha**.
    maria noy² tyehng² tay¹ ban¹ nha¹
    "Maria speaks Spanish."

    Q: Maria nói tiếng _____?

11. **S:** Dạo này việc buôn bán của tôi **rất tốt đẹp**.
    yaw⁶ nǎy⁵ vyehk⁶ bwohn¹ ban¹ koouh⁴ tohy¹ rut² toht² dep⁶
    "My business has been very good lately."

    Q: Dạo này việc buôn bán của ông _____?

12. **S:** Tôi mở cái điện thoại này **bằng cách dùng mật mã**.
    tohy¹ muh⁴ kie² dyehn⁶ thwie⁶ nǎy⁵ bǎng⁵ kǎch² yoongm⁵ mut⁶ ma³
    "I open this phone by using a password."

    Q: Anh mở cái điện thoại này _____?

🎧 AUDIO 3

B. Final intonations

Listen to the different final intonations of the following sentences and relate to the possible attitudes or emotions expressed along with them, given in parentheses.

1. Bọn trẻ mới ăn cơm xong.
    bahn⁶ tre⁴ muhy² ǎn¹ kuhm¹ sahngm¹
    "The kids have just eaten."
    a. ↔ (*No emotion*)   b. ↘ (*Emphatic*)

2. Ai đang hút bụi trong phòng ngủ?
    ie¹ dang¹ hoot² booy⁵ trahngm¹ fahngm⁵ ngoo⁴
    "Who is vacuuming in the bedroom?"
    a. ↔ (*No emotion*)   b. ↗ (*Inquisitive*)   c. ↘ (*Emphatic*)

3. Ngày mai tôi mới cắt cỏ.
    ngǎy⁵ mie¹ tohy¹ muhy² kǎt² kah⁴
    "I will not cut the grass until tomorrow."
    a. ↔ (*No emotion*)   b. ↘ (*Emphatic*)

4. Cô quét nhà mất bao lâu?
   koh[1] kwet[2] nha[5] mut[2] baw[1] lohw[1]
   "How long did it take you to sweep the floors?"
   a. ↔ (*No emotion*)   b. ↗ (*Inquisitive*)   c. ↘ (*Emphatic*)

5. Ai sẽ lau chùi bàn ghế?
   ie[1] she[4] lăw[1] chooy[5] ban[5] geh[2]
   "Who will be dusting off the furniture?"
   a. ↔ (*No emotion*)   b. ↗ (*Inquisitive*)   c. ↘ (*Emphatic*)

C. Telling time

Refer to the Notes on Grammar section to do this exercise. Write out the times indicated in digits. Where there are (a) and (b), the time are to be written in two ways.

Model   7:15 a.m.   →   **Bảy giờ mười lăm (phút) sáng.**

1. 12:05 p.m.   _____

2. 6:43 a.m.   (a)   _____

                (b)   _____

3. 8:30 p.m.   (a)   _____

                (b)   _____

4. 9:45 p.m.   (a)   _____

                (b)   _____

5. 11:28 p.m.   _____

AUDIO 4

D. Talking about dates

Listen to the questions and fill in the blanks in the answers with relevant information.

1. **Q:** Hôm nay là thứ mấy?
   hohm¹ năy¹ la⁵ thứ² may²
   "What day is it today?"

   A: Hôm nay là _____.

2. **Q:** Hôm qua là ngày tháng mấy?
   hohm¹ kwa¹ la⁵ ngăy⁵ thang² may²
   "What was the date yesterday?"

   A: Hôm qua là ngày _____,
   tháng _____.

3. **Q:** Ngày mai là ngày mấy?
   ngăy⁵ mie¹ la⁵ ngăy⁵ may²
   "What day of the month is it tomorrow?"

   A: Ngày mai là ngày _____.

4. **Q:** Một tuần có mấy ngày?
   moht⁶ twun⁵ kah² may² ngăy⁵
   "How many days are there in a week ?"

   A: Một tuần có _____ ngày.

5. **Q:** Một năm có bao nhiêu tháng?
   moht⁶ năm¹ kah² baw¹ nhyehw¹ thang²
   "How many months are there in a year?"

   A: Một năm có _____ tháng.

6. **Q:** Tháng này là tháng mấy?
   thang² năy⁵ la⁵ thang² may²
   "What month is it now?"

   A: Tháng này là tháng _____.

7. **Q:** Mùa này là mùa gi2?
   moouh⁵ năy⁵ la⁵ moouh⁵ yee⁵
   "What season is it now?"

   A: Mùa này là mùa _____.

Sentence Structure – Intonation **81**

8. **Q:** Anh/Chị sinh năm nào?

ănh¹/chee⁶ sheenh¹ năm¹ naw⁵

"What year were you born in?"

A: Tôi sinh năm _____.

9. **Q:** Khi nào là sinh nhật của anh/chị?

khee¹ naw⁵ la⁵ sheenh¹ nhut⁶ koouh⁴ ănh¹/chee⁶

"When is your birthday?"

A: Sinh nhật của tôi là ngày _____,

tháng _____.

10. **Q:** Anh/chị tuổi con gì?

ănh¹/chee⁶ twohy⁴ kahn¹ yee⁵

"What zodiac animal are you?"

A: Tôi tuổi con _____.

IV. NOTES ON GRAMMAR

A. Telling time

- The terms needed for telling time are **giờ** [*yuh⁵*] ("hour"), **phút** [*foot²*] ("minute") and **giây** [*yay¹*] ("second"). To ask about the time, one says, "**Mấy giờ rồi?**" [*may² yuh⁵ rohy⁵*] (literally, "what time (is it) already?").

- The times of the day used with the time of the clock are **sáng** [*shang²*] ("morning," from 12:01 a.m. to 10:59 a.m.), **trưa** [*trŭuh¹*] ("noon/early afternoon," from 11:00 a.m. to 1:59 p.m.), **chiều** [*chyehw⁵*] ("late afternoon," from 2:00 p.m. to 6:59 p.m.), **tối** [*tohy²*] ("evening," from 7:00 p.m. to 9:59 p.m.) and **đêm** [*dehm¹*] ("night," from 10:00 p.m. to 12:00 a.m.).

- The classifier **buổi** [*bwohy⁴*] ("time of day") is used before the relevant noun for specific reference: **buổi sáng** [*bwohy⁴ shang²*] ("morning"), **buổi trưa** [*bwohy⁴ trŭuh¹*] ("early afternoon"), **buổi chiều** [*bwohy⁴ chyehw⁵*] ("late afternoon"), **buổi tối** [*bwohy⁴ tohy²*] ("evening"). The classifier **ban** [*ban¹*] is used for "night": **ban đêm** [*ban¹ dehm¹*].

- An exact time (on the dot) such as 9:00 a.m. is said as **chín giờ sáng**.

- A time with minutes such as 2:15 p.m. is said as **hai giờ mười lăm phút chiều** [*hie¹ yuh⁵ mŭuhy⁵ lăm¹ foot² chyehw⁵*] (the word **phút** is usually omitted in spoken language).

- The word **rưỡi** [*rŭuhy³*] ("half of one") can be colloquially used instead of **30 phút** ("30 minutes"). Thus, 7:30 is **bảy giờ ba mươi phút** [*băy⁴ yuh⁵ ba¹ mŭuhy¹ foot²*] or **bảy giờ rưỡi** [*băy⁴ yuh⁵ rŭuhy³*].

- There are two ways to indicate the time with the minutes beyond 30. The first way is the common way like above, for example, 4:35 is said as **bốn giờ ba mươi lăm** [*bohn² yuh⁵ ba¹ mŭuhy¹ lăm¹*]. The second way is to go up to the next hour and indicate the missing minutes before that time: **năm giờ kém hai mươi lăm** [*năm¹ yuh⁵ kem² hie¹ mŭuhy¹ lăm¹*] ("five hours minus twenty-five").

- **Mười hai giờ trưa** [*mŭuhy⁵ hie¹ yuh⁵ trŭuh¹*] is used for "noon" and **nửa đêm** [*nŭuh⁴ dehm¹*] is used for "midnight."
- **Giờ** [*yuh⁵*] or **tiếng** [*tyehng²*] is used to indicate how many hours it takes to do something: **Tôi cắt cỏ mất một tiếng rưỡi** [*tohy¹ kăt² kah⁴ mut² moht⁶ tyehng² rŭuhy³*] ("It took me one and a half hours to cut the grass.").

B. Time and dates

- The following terms are used for time in general: **ngày** [*ngăy⁵*] ("day"), **tuần** [*twun⁵*] ("week"), **tháng** [*thang²*] ("month"), **năm** [*năm¹*] ("year"). **Ban ngày** [*ban¹ ngăy⁵*] means "daytime" and **ban đêm** [*ban¹ dehm¹*] means "nighttime."
- Time references for the past, the present and the future are as follows (notice the alternation between **này** [*năy⁵*] and **nay** [*năy¹*] in some expressions):

	Day	Week	Month	Year
PAST	**hôm qua** *hohm¹ kwa¹* "yesterday"	**tuần trước** *twun⁵ trŭuhk²* "last week"	**tháng trước** *thang² trŭuhk²* "last month"	**năm trước** *năm¹ trŭuhk¹* "last year"
PRESENT	**hôm nay** *hohm¹ năy¹* "today"	**tuần này** *twun⁵ năy⁵* "this week"	**tháng này** *thang² năy⁵* "this month"	**năm nay** *năm¹ năy¹* "this year"
FUTURE	**ngày mai** *ngăy⁵ mie¹* "tomorrow"	**tuần sau** *twun⁵ shăw¹* "next week"	**tháng sau** *thang² shăw¹* "next month"	**năm sau** *năm¹ shăw¹* "next year"

- The names of the days of the week are **thứ Hai** [*thŭ² hie¹*] ("Monday," literally "the second day")), **thứ Ba** [*thŭ² ba¹*] ("Tuesday"), **thứ Tư** [*thŭ² tŭ¹*] ("Wednesday"), **thứ Năm** [*thŭ² năm¹*] ("Thursday"), **thứ Sáu** [*thŭ² shăw²*] ("Friday"), **thứ Bảy** [*thŭ² băy⁴*] ("Saturday") and **Chủ nhật** [*choo⁴ nhut⁶*] ("Sunday," literally "the day of the Lord"). Calendars in Vietnam have **thứ Hai** listed first, as opposed to Sunday in the English speaking world.
- Numbers are also used to name the months in Vietnamese: **tháng Một** [*thang² moht⁶*] ("January"), **tháng Hai** [*thang² hie¹*] ("February"), **tháng Ba** [*thang² ba¹*] ("March"), **tháng Tư** [*thang² tŭ¹*] ("April"), **tháng Năm** [*thang² năm¹*] ("May"), **tháng Sáu** [*thang² shăw²*] ("June"), **tháng Bảy** [*thang² băy⁴*] ("July"), **tháng Tám** [*thang² tam²*] ("August"), **tháng Chín** [*thang² cheen²*] "September"), **tháng Mười** [*thang² mŭuhy⁵*] ("October"), **tháng Mười một** [*thang² mŭuhy⁵ moht⁶*] ("November") and **tháng Mười hai** [*thang² mŭuhy⁵ hie¹*] ("December").
- A complete date in Vietnamese is in the following order: the day of the week, the day of the month, the month, and finally the year. For example, "Monday, February 22, 2021" is said as **Thứ Hai, ngày hai mươi hai, tháng hai, năm hai ngàn không trăm hai mươi mốt** [*thŭ² hie¹ ngăy⁵ hie¹ mŭuhy¹ hie¹ thang² hie¹ năm¹ hie¹ ngan⁵ khohngm¹ trăm¹ hie¹ mŭuhy¹ moht²*] and written in digits as 22/02/2021.

- **Mấy** [*may²*] means "how many" and is usually used in a question to which the answer is expected to contain a number less than 10. **Bao nhiêu** [*baw¹ nhyehw¹*] means both "how many" and "how much." It is used to mean "how many" when the answer is expected to contain a number greater than 10.

> Một tuần có **mấy** ngày?
> *moht⁶ twun⁵ kah² may² ngăy⁵*
> "How many days are there in a week?"

> Một tháng có **bao nhiêu** ngày?
> *moht⁶ thang² kah² baw¹ nhyehw¹ ngăy⁵*
> "How many days are there in a month?"

V. PROVERB

🎧 **AUDIO** 5

ĐƯỢC BỮA GIỖ, LỖ BUỔI CÀY.
dŭuhk⁶ bŭuh³ yoh³ loh³ bwohy⁴ kăy⁵

- **Literal meaning:** Going to a death anniversary banquet means losing a plowing day.
- **Figurative meaning:** You can't have your cake and eat it, too.
- **Cultural implication:** In the countryside, people's lives seem to revolve around the rice fields, where they do hard labor to earn their living. Missing a day's work for any other activities means a loss to the peasants.

VI. ACTIVE VOCABULARY

DANH TỪ – *NOUNS*

ban đêm [*ban¹ dehm¹*] night; nighttime
ban ngày [*ban¹ ngăy⁵*] day; daytime
bữa ăn sáng [*bŭuh³ ăn¹ shang²*] breakfast
bữa ăn tối [*bŭuh³ ăn¹ tohy²*] dinner
bữa ăn trưa [*bŭuh³ ăn¹ trŭuh¹*] lunch
buổi chiều [*bwohy⁴ chyehw⁵*] afternoon
buổi sáng [*bwohy⁴ shang²*] morning
buổi tối [*bwohy⁴ tohy²*] evening
buổi trưa [*bwohy⁴ trŭuh¹*] early afternoon
giây [*yay¹*] second
giờ [*yuh⁵*] hour; o'clock
mùa [*moouh⁵*] season
mùa đông [*moouh⁵ dohngm¹*] winter
mùa hè/hạ [*moouh⁵ he⁵/ha⁶*] summer
mùa thu [*moouh⁵ thoo¹*] autumn
mùa xuân [*moouh⁵ swun¹*] spring
năm [*năm¹*] year
ngày [*ngăy⁵*] day
ngày tháng [*ngăy⁵ thang²*] date
phút [*foot²*] minute
sinh nhật [*sheenh¹ nhut⁶*] birthday
tháng [*thang²*] month
thời gian [*thuhy⁵ yan¹*] time
tuần (lễ) [*twun⁵ leh³*] week
tuổi [*twohy⁴*] age

ĐỘNG TỪ – *VERBS*

cạo râu [*kaw⁶ rohw¹*] to shave (beard)
cắt cỏ [*kăt² kah⁴*] to cut the grass
đánh răng [*dănh² răng¹*] to brush one's teeth
dậy [*yay⁶*] to get up
đi làm [*dee¹ lam⁵*] to go to work
đi ngủ [*dee¹ ngoo⁴*] to go to bed
dọn dẹp [*yahn⁶ yep⁶*] to clean up
giặt [*yăt⁶*] to wash (clothes)
hút bụi [*hoot² booy⁵*] to vacuum
làm việc [*lam⁵ vyehk⁶*] to work
lau chùi [*lăw¹ chooy⁵*] to clean; to dust
nấu ăn [*nohw² ăn¹*] to cook
nghỉ [*nghee⁴*] to rest, to break; to be off
quét nhà [*kwet² nha⁵*] to sweep the floors
rửa chén [*rŭuh⁴ chen²*] to wash dishes
thay quần áo [*thăy¹ kwun⁵ aw²*] to get dressed
thức giấc [*thŭk² yuk²*] to wake up
trang điểm [*trang¹ dyehm⁴*] to put on make up
ủi [*ooy⁴*] to iron

TRẠNG TỪ – *ADVERBS*

sớm [*shuhm²*] early
trễ [*treh³*] late
mấy/bao nhiêu [*may²/baw¹ nhyehw¹*] how many/how much

CHAPTER 7

Useful Words, Phrases and Sentences
Going Places

I. USEFUL WORDS, PHRASES AND SENTENCES
Greetings

Thus far in the book, the reader has been introduced to Vietnamese through its sound system and grammatical structure. We now can get ready to use the language more effectively by learning phrases and sentences on the pragmatic level for everyday communication. To begin, let's talk about greetings. The word **chào** [*chaw⁵*] means both "hello" and "goodbye." However, it is never used alone, but rather with other addressing terms such as a name, **chào Tuấn** [*chaw⁵ twun²*]! ("hello/goodbye, Tuấn"), a personal pronoun, **chào ông** [*chaw⁵ ohngm¹*] ("hello/goodbye, sir"), a kinship term, **chào mẹ** [*chaw⁵ me⁵*] ("hello/goodbye, Mom") or a professional title, **chào giáo sư** [*chaw⁵ yaw² shŭ¹*] ("hello/goodbye, professor").

In Vietnam, people don't typically follow their greetings with a perfunctory "how are you?" as in English, especially with someone they see on a daily basis. Instead, they can continue with some small talk sentences such as **Cô đi đâu vậy?** [*koh¹ dee¹ dohw¹ vay⁶*] ("Where are you going?") or **Trời nóng quá, phải không?** [*truhy⁵ nahngm² kwa² fie⁴ khohngm¹*] ("It's pretty warm, isn't it?"). Speakers do, however, say things akin to a "how are you?" with a person they have not seen for a while, for example, **Dạo này ông ra sao?** [*yaw⁶ năy⁵ ohngm¹ ra¹ shaw¹*] ("How have you been?"), or **Chị mạnh giỏi chứ?** [*chee⁶ mănh⁶ yoy⁴ chŭ²*] ("You're doing well, are you?"). On the other hand, you may hear some Vietnamese speakers, mostly those who live outside of Vietnam, use the question **Anh có khoẻ không?** [*ănh¹ kah² khwe⁴ khohngm¹*] (literally, "Are you well/healthy?"). This question might not work well with everyone, especially someone with on-going health problems. Even a direct translation of "How are you today?" which is **Hôm nay anh thế nào?** [*hohm¹ năy¹ ănh¹ theh² naw⁵*] would more likely be asked by a doctor to his or her patient.

On the politeness side, the phrase **xin lỗi** [*seen¹ lohy³*] ("pardon, excuse me, I'm sorry"), preferably followed by one of the terms listed above used with **chào**, can be used before a question or a request, **Xin lỗi cô, đường này tên là gì?** [*seen¹ lohy³ koh¹ dŭuhng⁵ nằy⁵ tehn¹ la⁵ yee⁵*] ("Pardon, Miss, what's the name of this street?"). If the sentence already contains a personal pronoun or a title, the speaker can skip it after **xin lỗi** to avoid being repetitive, **Xin lỗi, ông nói chậm lại một chút được không?** [*seen¹ lohy³ ohngm¹ noy² chum⁶ lie⁶ moht⁶ choot² dŭuhk⁶ khohngm¹*] ("I'm sorry, but could you speak a little more slowly?").

The phrase **làm ơn** [*lam⁵ uhn¹*] (literally, "do a favor") is as useful as the English "if you please" in most situations. It can be used before a verb to turn the whole sentence into a polite request, **Làm ơn chỉ cho tôi đường đến bưu điện gần nhất** [*lam⁵ uhn¹ chee⁴ chah¹ tohy¹ dŭuhng⁵ dehn² bŭw¹ dyehn⁶ gun⁵ nhut²*] ("Please show me the way to the nearest post office") or **Làm ơn cho tôi biết mấy giờ rồi** [*lam⁵ uhn¹ chah¹ tohy¹ byeht² may² yuh⁵ rohy⁵*] ("Please tell me what time it is").

The phrase **cảm ơn** [*kam⁴ uhn¹*] (also "**cám ơn**" [*kam² uhn¹*], or "thank you") literally means "I feel your favor." It can be used alone, but always better if followed by a name, **cảm ơn Hùng** [*kam⁴ uhn¹ hoongm⁵*] "Thank you, Hung," a personal pronoun, **cảm ơn chị** [*kam⁴ uhn¹ chee⁶*] "Thank you, sister," or a title, **cảm ơn bác sĩ** [*kam⁴ uhn¹ bak² shee³*] "Thank you, doctor," etc. To reply to a thank-you, one usually says **Không có chi** [*khohngm¹ kah² chee¹*] (literally, "There is nothing").

Note that **xin lỗi** [*seen¹ lohy³*] is not to be used if you say "I'm sorry" regarding someone's unfortunate situation, for this phrase literally means "I beg your pardon." In such situation, there are different ways to express your feeling. If it is a mild misfortune, you can just say **Ồ, vậy à?** [*oh⁵ vay⁶ a⁵*] ("Oh, really?"), or **Tội quá!** [*tohy⁶ kwa²*] ("What a pity!") or **Buồn quá** [*bwohn⁵ kwa²*] ("How sad!"), with a sympathetic tone of voice. To share your condolences for someone's loss, you can say **Xin chia buồn với ông/bà/anh/chị** [*seen¹ cheeuh¹ bwohn⁵ vuhy² ohngm¹ ba⁵ ănh¹ chee⁶*] ("I would like to share the sorrow with you").

To start a conversation with a stranger, especially someone of advanced age, the speaker can use the particle **thưa** [*thŭuh¹*] ("literally, "to speak respectfully"), followed by a personal pronoun or a title: **Thưa bà, thư viện thành phố nằm ở đâu?** [*thŭuh¹ ba⁵ thŭ¹ vyehn⁶ thănh⁵ foh² năm⁵ uh⁴ dohw¹*] ("Ma'am, where is the city library?").

The respectful particle **dạ** [*ya⁵*] can be used before an answer when speaking to a superior or even a peer:

Q: Đến ngã tư trước mặt tôi quẹo trái, phải không?
dehn² nga³ tŭ¹ trŭuhk² mặt⁶ tohy¹ kwew⁶ trie² fie⁴ khohngm¹
"I will make a left turn at the next intersection, right?"

A: **Dạ**, đúng.
ya⁶ doongm²
"Yes, that's correct."

In the central and southern dialects, **dạ** also means a respectful "yes," which is **vâng** [*vung¹*] (literally "to obey") in most northern dialects. Thus, to say "yes" respectfully, in the northern dialects, people say **dạ vâng** [*ya⁶ vung¹*], whereas it suffices to say **dạ** if you speak a central or southern dialect. To say "yes" informally (thus lacking respect), one says **ừ** [ử⁵] (northern dialects) or **ờ** [uh⁵] (central and southern dialects).

A language always goes hand in hand with the culture behind it. The reader might have noticed, from a previous chapter, the way someone approaches someone else offering help, saying **Ông cần gì ạ?** [ohngm¹ kun⁵ yee⁵ a⁶] ("What do you need?"), which focuses on the interlocuter. In English, in the same situation, one would say, "How can I help you?"or "What can I do for you?," which focuses on the speaker's point of view.

If someone shows up at your door unannounced, you would say in surprise, "What are you doing here?," but a direct translation of this sentence into Vietnamese would sound rude. Instead, a Vietnamese speaker would say something like **Anh đến có chuyện gì không?** [ănh¹ dehn² kah² chwyehn⁶ yee⁵ khohngm¹] (roughly "what did you come here for?"). In the same situation, while you could say in English, "I didn't expect you," a direct translation into Vietnamese would not be as polite as saying **Anh đến bất ngờ quá!** [ănh¹ dehn² but² nguh⁵ kwa²] ("You came quite unexpectedly!").

To show your concern about someone's well-being (in which case you would say "Are you OK?" in English), you can ask, **Bà có sao không?** [ba⁵ kah² shaw¹ khohngm¹] (literally, "Is anything the matter with you?"). If the person being asked is OK, he or she would say, **Tôi không sao cả** [tohy¹ khohngm¹ shaw¹ ka⁴]. The phrase **Không sao đâu!** [khohngm¹ shaw¹ dohw¹] usually means "No worries" or "That's OK."

Finally, to mean "OK" in general, you can **say Được** [dửuhk⁶] or **Được rồi** [dửuhk⁵ rohy⁵]. For "It's not OK," just add the negative adverb to it, **Không được** [khohngm¹ dửuhk⁶].

II. PRACTICE

🎧 **AUDIO** 1

A. Asking for directions
Listen to the following dialog and repeat after the speakers.

Du khách	Chào cô! Cô làm ơn chỉ đường cho tôi đến thương xá Sài Gòn. *chaw⁵ koh¹ // koh¹ lam⁵ uhn¹ chee⁴ dŭuhng⁵ chah¹ tohy¹ dehn² thŭuhng¹ sa² sie⁵ gahn⁵*
Tourist	Hello, Miss. Please show me the way to Saigon shopping mall.
Cô gái	Chào ông! Ông đi thẳng đến ngã tư trước mặt rồi quẹo trái. Thương xá nằm cách đó khoảng một trăm mét, bên tay phải. *chaw⁵ ohngm¹ // ohngm¹ dee¹ thăng⁴ dehn² nga³ tŭ¹ trŭuhk² măt⁶ rohy⁵ kwew⁶ trie² // thŭuhng¹ sa² năm⁵ kăch² dah² khwang⁴ moht⁶ trăm¹ met²*
Young woman	Hello, sir! You go straight to the intersection ahead and turn left. The mall is located about 100 meters away, on the right-hand side.
Du khách	Gần đó có rạp chiếu phim nào không, cô? *gun⁵ dah² kah² rap⁶ chyehw² feem¹ naw⁵ khohngm¹ koh¹*
Tourist	Is there any movie theater nearby?
Cô gái	Dạ, có. Rạp Rex nằm đối diện thương xá. Chung quanh thương xá còn có nhiều tiệm ăn ngon lắm! *ya⁶ kah² // rap⁶ rex năm⁵ dohy² yehn⁶ thŭuhng¹ sa² // choongm¹ kwănh¹ thŭuhng¹ sa² kahn⁵ kah² nhyehw⁵ tyehm⁶ ăn¹ ngahn¹ lăm²*
Young woman	Yes. The Rex Theater is opposite the mall. Around the mall there are also several good restaurants.
Du khách	Cám ơn cô nhiều nhé! *kam² uhn¹ koh¹ nhyehw⁵ nhe²*
Tourist	Thank you so much!
Cô gái	Dạ, không có chi. Ông nói tiếng Việt giỏi quá! *ya⁵ khohngm¹ kah² chee¹ // ohngm¹ noy² tyehng² vyeht⁶ yahy⁴ kwa²*
Young woman	You're welcome. You speak Vietnamese quite well!

🎧 **AUDIO 2**

B. Vocabulary

Listen to the following sentences and fill in the blanks with the missing words.

băng qua đường   phi trường   đèn giao thông   thông hành
góc đường   đi bộ   cảnh sát   ngân hàng   khách sạn   bùng binh

1. _____ Quốc Gia nằm trên đường Nguyễn Du, phải không, cô?
   ngun[1] hang[5] kwohk[2] ya[1] năm[5] trehn[1] dŭuhng[5] ngwyehn[3] yoo[1] fie[4] khohngm[1] koh[1]
   The National Bank is on Nguyen Du street, isn't it, Miss?

2. Ở _____ trước mặt có một tiệm hoa lớn.
   uh[4] gahkp[2] dŭuhng[5] trŭuhk[2] măt[6] kah[2] moht[6] tyehm[6] hwa[1] luhn[2]
   There is a big flower shop at the street corner ahead.

3. Ông có thấy cái _____ đằng kia không? Đó là ngã sáu Nguyễn Tri Phương.
   ohngm[1] kah[2] thay[2] kie[2] boongm[5] beenh[1] dăng[5] keeuh[1] khohngm[1] // dah[2] la[5] nga[3] shăw[2] ngwyehn[3] tree[1] fŭuhng[1]
   Do you see the roundabout over there? It's the Nguyen Tri Phuong six-way intersection.

4. Cô nên rất cẩn thận khi _____ ở đây
   koh[1] nehn[1] rut[2] kun[4] thun[6] khee[1] băng[1] kwa[1] dŭuhng[5] uh[4] day[1]
   You should be very careful when crossing the streets here.

5. Từ _____ đến công viên lái xe mất bao lâu?
   tŭ[5] khăch[2] shan[6] dehn[2] kohngm[1] vyehn[1] lie[2] se[1] mut[2] baw[1] lohw[1]
   How long does it take to drive from the hotel to the park?

6. Đến chỗ _____ chị quẹo ngược lại nhé.
   dehn[2] choh[3] den[5] yaw[1] thohngm[1] chee[6] kwew[6] ngŭuhk[6] lie[6] nhe[2]
   Make a U-turn at the traffic light.

7. Tôi phải _____ hay đi xe buýt để đến chợ Bến Thành?
   tohy[1] fie[4] dee[1] boh[6] hăy[1] dee[1] se[1] bweet[2] deh[4] dehn[2] chuh[6] behn[2] thănh[5]
   Do I walk or take a bus to get to Ben Thanh Market?

8. Bà có thể đón tắc-xi ngay tại _____.
   ba[5] kah[2] theh[4] dahn[2] tăk[2] see[1] ngăy[1] tie[6] fee[1] trŭuhng[5]
   You can take a taxi right at the airport.

9. Nếu lạc đường, chị có thể hỏi những viên _____ giao thông kia.
   nehw[2] lak[6] dŭuhng[5] chee[6] kah[2] theh[4] hoy[4] nhŭng[4] vyehn[1] kănh[4] shat[2] yaw[1] thohngm[1] keeuh[1]
   If lost, you can ask those traffic officers.

10. Làm ơn cho tôi xem _____ và giấy nhập cảnh của anh.

lam⁵ uhn¹ chah¹ tohy¹ sem¹ thohngm¹ hănh⁵ va⁵ yay² nhup⁶ kănh⁴ koouh⁴ ănh¹

Please show me your passport and visa.

🎧 **AUDIO** **3**

C. Types of questions

Listen to the answers and the suggested questions that follow. Circle the appropriate question for each of them. Refer to the Notes on Grammar section for information.

1. Tiệm sách nằm giữa tiệm quần áo và tiệm kem.

   tyehm⁶ shăch² năm⁵ yŭuh³ tyehm⁶ kwun⁵ aw² va⁵ tyehm⁶ kem¹

   The bookstore is located between a clothing shop and an ice cream shop.

   a. Đây là tiệm sách hay thư viện?

      day¹ la⁵ tyehm⁶ shăch² hăy¹ thŭ¹ vyehn⁶

      Is this a bookstore or a library?

   b. Tiệm sách nằm ở đâu?

      tyehm⁶ shăch² năm⁵ uh⁴ dohw¹

      Where is the bookstore located?

   c. Đây là một tiệm sách à?

      day¹ la⁵ moht⁶ tyehm⁶ shăch² a⁵

      This is a bookstore, isn't it?

2. Dạ, có. Quầy đổi ngoại tệ nằm gần cửa ra vào.

   ya⁶ kah² // kway⁵ dohy⁴ ngwie⁶ teh⁶ năm⁵ gun⁵ kŭuh⁴ ra¹ vaw⁵

   Yes, there is. The foreign currency exchange counter is near the entrance.

   a. Xin lỗi cô, quầy đổi ngoại tệ ở đâu?

      seen¹ lohy⁴ koh¹ kway⁵ dohy⁴ ngwie⁶ teh⁶ uh⁴ dohw¹

      Excuse me, Miss, where is the foreign currency exchange counter?

   b. Xin lỗi cô, ở đây có quầy đổi ngoại tệ nào không?

      seen¹ lohy³ koh¹ uh⁴ day¹ kah² kway⁵ dohy⁴ ngwie⁶ teh⁶ naw⁵ khohngm¹

      Excuse me, Miss, is there any foreign currency exchange counter here?

   c. Xin lỗi cô, quầy đổi ngoại tệ ở tầng này hay tầng dưới?

      seen¹ lohy³ koh¹ kway⁵ dohy⁴ ngwie⁶ teh⁶ uh⁴ tung⁵ năy⁵ hăy¹ uh⁴ tung⁵ yŭuhy²

      Excuse me, Miss, is the foreign currency exchange counter on this floor or down-stairs?

3. Không phải. Xe buýt này đi chợ Bến Thành.

   khohngm¹ fie⁴ // se¹ bweet² năy⁵ dee¹ chuh⁶ behn² thănh⁵

   No, it's not. This bus goes to Ben Thanh market.

   a. Anh ơi, xe buýt này đi đâu?

      ănh¹ uhy¹ se¹ bweet² năy⁵ dee¹ dohw¹

      Hey, brother. Where does this bus go?

b. Anh ơi, xe buýt này có đi đến nhà thờ Đức Bà không?

ănh¹ uhy¹ se¹ bweet² nãy⁵ kah² dee¹ dehn² nha⁵ thuh⁵ dŭk² ba⁵ khohngm¹

Hey, brother. Does this bus go to the Notre-Dame Cathedral?

c. Anh ơi, xe buýt này đi nhà thờ Đức Bà, phải không?

ănh¹ uhy¹ se¹ bweet² nãy⁵ dee¹ nha⁵ thuh⁵ dŭk² ba⁵ fie⁴ khohngm¹

Hey, brother. This bus goes to the Notre-Dame Cathedral, is it right?

4. Vì hôm nay là Tết, các máy rút tiền không hoạt động.

vee⁵ hohm¹ nãy¹ la⁵ teht² kak² mãy² root² tyehn⁵ khohngm¹ hwat⁶ dohngm⁶

Because of the Lunar New Year holidays, all the ATMs are not in service.

a. Tại sao hôm nay anh không rút tiền trong máy được?

tie⁶ shaw¹ hohm¹ nãy¹ ănh¹ khohngm¹ root² tyehn⁵ trahngm¹ mãy² dŭuhk⁶

Why can't you withdraw money from the ATMs today?

b. Máy rút tiền của ngân hàng nào gần đây nhất?

mãy² root² tyehn² koouh⁴ ngun¹ hang⁵ naw⁵ gun⁵ day¹ nhut²

Which bank ATM is the nearest around here?

c. Anh có biết máy rút tiền đâu không?

ănh¹ kah² byeht² mãy² root² tyehn⁵ uh⁴ dohw¹ khohngm¹

Do you know where I can find an ATM?

5. Lối này là lối vào khu vực các chuyến bay đến.

lohy² nãy⁵ la⁵ lohy² vaw⁵ khoo¹ vŭk⁶ kak² chwyehn² bãy¹ dehn²

This is the way to the arrival area.

a. Lối này đi vào khu vực các chuyến bay đến à?

lohy² nãy⁵ dee¹ vaw⁵ khoo¹ vŭk⁶ kak² chwyehn² bãy¹ dehn² a⁵

Is this the way to the arrival area?

b. Lối này là lối vào khu vực các chuyến bay đi hay các chuyến bay đến?

lohy² nãy⁵ la⁵ lohy² vaw⁵ khoo¹ vŭk⁶ kak² chwyehn² bãy¹ dee¹ hãy¹ kak² chwyehn² bãy¹ dehn²

Is this the way to the departure or arrival area?

c. Đây có phải là lối vào khu vực các chuyến bay đến không?

day¹ kah² fie⁴ la⁵ lohy² vaw⁵ khoo¹ vŭk⁶ kak² chwyehn² bãy¹ dehn² khohngm¹

Is this the way to the arrival area?

D. Imperative sentences

Fill in the blanks in the following commands with the appropriate particles from the list, according to the suggestions in parentheses. Refer to the Notes on Grammar section for the usage of the particles.

đi	nhé	giùm	đừng	xin	mời	cứ	hãy
dee¹	*nhe²*	*yoom⁵*	*dŭng⁵*	*seen¹*	*muhy⁵*	*kŭ²*	*hãy³*

1. _____ quên trả phòng trước 10 giờ _____. (*Negative; friendly urge*)

   _____ *kwehn¹ tra⁴ fahngm⁵ trŭuhk² mŭuhy⁵ yuh⁵*

   Don't forget to check out by 10 o'clock, OK?

2. _____ chọn hãng hàng không của chúng tôi cho chuyến du lịch của quý vị. (*Formal*)

   _____ *chahn⁶ hang³ hang⁵ khohngm¹ koouh⁴ choongm² tohy¹ chah¹ chwyehn² yoo¹ leech⁶ koouh⁴ kwee² vee⁶*

   Please choose our airline for your trip.

3. Cô tìm vài địa điểm du lịch _____ tôi _____! (*Asking for help; mild urge*)

   koh¹ teem⁵ vie⁵ deeuh⁶ dyehm⁴ yoo¹ leech⁶ _____ *tohy¹* _____

   Please go ahead and help me find a couple of tourist attractions.

4. _____ _____ dùng điện thoại cầm tay trong phòng này. (*Polite; negative*)

   _____ _____ *yoongm⁵ dyehn⁶ thwie⁶ kum⁵ tay¹ trahngm¹ fahngm⁵ năy⁵*

   Please do not use your cell phone in this room.

5. _____ _____ quý vị qua phòng chờ cho chuyến bay kế tiếp. (*Polite; invitation*)

   _____ _____ *kwee² vee⁶ kwa¹ fahngm⁵ chuh⁵ chah¹ chwyehn² băy¹ keh² tyehp²*

   Please walk over to the lounge for the next flight.

6. Các bạn _____ đi ngoạn cảnh trước _____! (*Encouragement; mild urge*)

   kak² ban⁶ _____ *dee¹ ngwan⁶ kănh⁴ trŭuhk²* _____

   Just go ahead and go sight-seeing first.

7. _____ mọi người _____ tự nhiên lấy thức ăn trên bàn _____! (*Polite; encouragement; friendly urge*)

   _____ *moy⁶ ngŭuhy⁵* _____ *tŭ⁶ nhyehn¹ lay² thŭk² ăn¹ trehn¹ ban⁵*

   Everyone, please help yourselves to the food on the table.

8. Làm ơn mua _____ chúng tôi hai vé xe đò đi Vũng Tàu _____! (*Asking for help; friendly urge*)

   lam⁵ uhn¹ moouh¹ _____ *choongm² tohy¹ hie¹ ve² se¹ dah⁵ dee¹ voongm³ tăw⁵* _____

   Could you do us a favor by purchasing two bus tickets to Vung Tau?

III. NOTES ON GRAMMAR
A. Types of questions

   a. Specific questions: This type of question includes an interrogative pronoun, adjective or adverb, equivalent to the Wh-words in English.

      Làm sao chúng ta đến phi trường đúng giờ?

      lam⁵ shaw¹ choongm² ta¹ dehn² fee¹ trŭuhng⁵ doongm² yuh⁵

      "How do we get to the airport on time?"

      Cô sẽ đi thăm Viện Bảo Tàng Quốc Gia với **ai**?

      koh¹ she³ dee¹ thăm¹ vyehn⁶ baw⁴ tang⁵ kwohk² ya¹ vuhy² ie¹

      "Who will you go visit the National Museum with?"

b. **Yes/No questions:** Briefly discussed in Chapter 4, this type of question, as its name indicates, asks for a "yes"or a "no." A full question of such type includes the words **có... hay không** (literally, "yes or no"), as in **Các anh có mang theo giấy nhập cảnh hay không?** [$kak^1\ ănh^1\ chee^6\ kah^2\ mang^1\ thew^1\ yay^2\ nhup^6\ kănh^4\ hăy^1\ khohngm^1$] "Did you guys bring your visa with you (or not)?" More often than not, the conjunction **hay** [$hăy^1$] ("or") is omitted in fast speech: **Các anh có mang theo giấy nhập cảnh không?**

Answers to Yes/No questions in Vietnamese do not always contain the same words for "yes"or "no" as in English, but rather depend on the structure or content of the question. In general, **có** [kah^2] can be used as a "yes" for the above-mentioned question, in which it is about an action expressed by the verb **mang** [$mang^1$] ("to bring"): **Dạ, có** [$ya^6\ kah^2$] "Yes, we did."

While **có** means "yes," it can also mean "to have" as a verb. In a Yes/No question containing **có** as a verb (where **có** should technically appear twice), this word is used only once to avoid repetition: **Cô có nhiều hành lý không?** [$koh^1\ kah^2\ nhyehw^5\ hănh^5\ lee^2\ khohngm^1$] "Do you have a lot of luggage?"

In a Yes/No question containing the verb **là** [la^5] ("to be"), followed by a noun complement, the adjective **phải** [fie^4] ("right, correct") is also used between **có** and **là**: **Ông có phải là Việt kiều không?** [$ohngm^1\ kah^2\ fie^4\ la^5\ vyeht^6\ kyehw^5\ khohngm^1$] "Are you a Vietnamese expatriate?" To this question construction, **phải** is used as a "yes," and **không phải** [$khohngm^1\ fie^4$] as a "no."

c. **Choice questions:** In this type of question, the conjunction **hay** [$hăy^1$] ("or") is used between the two choices: **Sáng nay chúng ta đi biển hay ở nhà?** [$shang^2\ năy^1\ choongm^2\ ta^1\ dee^1\ byehn^4\ hăy^1\ uh^4\ nha^5$] "Are we going to the beach or staying home today?"

A possible answer to this type of question, obviously, does not include **có** [kah^2] or **không** [$khohngm^1$], but rather one of the two choices mentioned in the question: **Chúng ta sẽ đi biển** [$choongm^2\ ta^1\ she^4\ dee^1\ byehn^4$] "We'll go to the beach."

d. **Tag questions:** These questions are actually statements followed by a "tag," which is a word or phrase that turns it them into questions that ask for confirmation.

Chuyến bay từ Hà Nội sẽ đến trễ, **phải không**?
chwyehn² băy¹ tŭ⁵ ha⁵ nohy⁶ she³ dehn² treh⁴ fie⁴ khohngm¹
"The flight from Hanoi will arrive late, will it not?"

Cô không thích siêu thị này **à**?
koh¹ khohngm¹ theech² shyehw¹ thee⁶ năy⁵ a⁵
"You don't like this supermarket, do you?"

Hôm nay anh không đi chơi đâu **sao**?
hohm¹ năy¹ ănh¹ khohngm¹ dee¹ chuhy¹ dohw¹ shaw¹
"You're not going out today, are you?"

B. Imperative sentences

Imperative sentences in Vietnamese can contain the bare form of the relevant verb or also include particles for various nuances.

a. When a command comes with just the bare form of the verb, it usually expresses a familiar tone, including a lack of politeness or respect: **Lái nhanh lên!** [*lie² nhănh¹ lehn¹*] "Drive faster." A subject pronoun can be used before the verb, **Anh lái nhanh lên!** [*ănh¹ lie² nhănh¹ lehn¹*].

   The bare form of the verb is also used in other contexts such as (i) instructions, **Uống một ngày hai viên** [*wohng² moht⁶ ngăy⁵ hie¹ vyehn¹*] "Take two pills a day"; (ii) cooking recipes, **Cho đường vào nước rồi quậy đều** [*chah¹ dŭuhng⁵ vaw⁵ nŭuhk² rohy⁵ kway⁶ dehw⁵*] "Add sugar to the water and stir well"; (iii) signs, **Chạy chậm lại** [*chăy⁶ chum⁶ lie⁶*] "Slow down," etc.

b. The particle **ĐI** [*dee¹*], used after the verb (and its object, if any), expresses a mild urge, **Ra lấy hành lý đi, con!** [*ra¹ lay² hănh⁵ lee² dee¹ kahn¹*] "Go pick up our luggage, son!"

c. The particle **NHÉ** [*nhe²*], used at the end of a command (but can be followed by a term of address), expresses a friendly urge, **Dọn phòng cho chúng tôi nhé!** [*yahn⁶ fahngm⁵ chah¹ choongm² tohy¹ nhe²*] "Clean up our room, OK?"

d. The particle **CỨ** [*kŭ²*], used before the verb, expresses an encouragement, **Các anh chị cứ tha hồ mua sắm ở thương xá này** [*kak² ănh¹ chee⁶ kŭ² tha¹ hoh⁵ moouh¹ shăm² uh⁴ thŭuhng¹ sa² năy⁵*] "Just shop at this mall as you please."

e. The particle **HÃY** [*hăy³*], used before the verb, is usually used in formal commands, **Hãy tôn trọng luật đi đường** [*hăy³ tohn¹ trahngm⁶ lwut⁶ dee¹ dŭuhng⁵*] "Obey traffic laws."

f. The particle **XIN** [*seen¹*], used before the verb (and can be followed by a personal pronoun or term of address), expresses politeness, **Xin xếp hàng tại đây** [*seen¹ sehp² hang⁵ tie⁶ day¹*] "Please get in line here."

g. The particle **GIÙM** [*yoom⁵*], used after the verb (and optionally before an indirect object, i.e. the person(s) for whom a favor is asked) expresses the speaker's asking for help, **Cô mua giùm tôi hai vé xe lửa** [*koh¹ moouh¹ yoom⁵ tohy¹ hie¹ ve² se¹ lŭuh⁴*] "Help me purchase two train tickets."

h. The particle **MỜI** [*muhy⁵*], usually followed by a personal pronoun or a term of address, is used before the verb to express an invitation, **Mời quý vị thưởng thức chương trình văn nghệ truyền thống của chúng tôi** [*muhy⁵ kwee² vee⁶ thŭuhng⁴ thŭk² chŭuhng¹ treenh⁵ văn¹ ngeh⁶ trwyehn⁵ thohngm² koouh⁴ choongm² tohy¹*] "Please enjoy our traditional entertainment program."

i. The particle **ĐỪNG** [*dŭng⁵*] is used before the verb in negative commands, **Đừng hút thuốc trong phạm vi 10 mét** [*dŭng⁵ hoot² thwohk² trahngm¹ fam⁶ vee¹ mŭuhy⁵ met²*] "Do not smoke within 10 meters."

A command can include more than one particle for more effect, **Xin cô đợi tôi một chút nhé** [*seen¹ koh¹ duhy⁵ tohy¹ moht⁶ choot² nhe²*] "Please wait for me a little, OK?" (Politeness + Friendly urge); **Mời mọi người bắt đầu ăn đi!** [*muhy⁵ moy⁶ ngŭuhy⁵ băt² dohw⁵ ăn¹ dee¹*] "Please go ahead and start eating" (Invitation + Mild urge).

IV. PROVERB

AUDIO 4

ĐI MỘT NGÀY ĐÀNG, HỌC MỘT SÀNG KHÔN.
dee¹ moht⁶ ngăy⁵ dang⁵ hahkp⁶ moht⁶ shang⁵ khohn¹

- **Literal meaning:** After a day's travel, one has learned a sieve of smarts.
- **Figurative meaning:** Traveling is the best form of education.
- **Cultural implication:** This proverb uses the metaphor of a sieve, a familiar, large utensil made of bamboo, used by farmers to separate rice grains according to their sizes.

V. ACTIVE VOCABULARY

DANH TỪ – *NOUNS*

biển [*byehn⁴*] sea, beach

bưu điện [*bŭw¹ dyehn⁶*] post office

cảnh sát [*kănh⁴ shat²*] police officer

chuyến bay [*chwyehn² băy¹*] flight

chuyến du lịch [*chwyehn² yoo¹ leech⁶*] trip

công viên [*kohngm¹ vyehn¹*] park

đèn giao thông [*den⁵ yaw¹ thohngm¹*] traffic lights

điện thoại cầm tay [*dyehn⁶ thwie⁶ kum⁵ tăy¹*] cell phone

đường [*dŭuhng⁵*] street

giấy nhập cảnh [*yay² nhup⁶ kănh⁴*] visa

hãng hàng không [*hang³ hang⁵ khohngm¹*] airline

hành lý [*hănh⁵ lee²*] luggage

khách sạn [*khăch² shan⁶*] hotel

máy bay [*măy² băy¹*] airplane

máy rút tiền [*măy² root² tyehn⁵*] ATM

ngã tư [*nga³ tŭ¹*] intersection

ngân hàng [*ngun¹ hang⁵*] bank

ngoại tệ [*ngwie⁶ teh⁶*] foreign currency

nhà hàng [*nha⁵ hang⁵*] restaurant

nằm [*năm⁵*] to lie; to be located

ngoạn cảnh [*ngwan⁶ kănh⁴*] to sightsee

phi trường [*fee¹ trŭuhng⁵*] airport

quẹo [*kwew⁶*] to make a turn

siêu thị [*shyehw¹ thee⁶*] supermarket

thăm [*thăm¹*] to visit

thành phố [*thănh⁵ foh²*] city

thông hành [*thohngm¹ hănh⁵*] passport

thư viện [*thŭ¹ vyehn⁶*] library

thương xá [*thŭuhng¹ sa²*] shopping mall

tiệm ăn [*tyehm⁶ ăn¹*] eatery, diner

trả phòng [*tra⁴ fahngm⁵*] to check out

vé [*ve²*] ticket

viện bảo tàng [*vyehn⁶ baw⁴ tang⁵*] museum

xe buýt [*se¹ bweet²*] bus

xe đò [*se¹ dah⁵*] charter bus

xe lửa [*se¹ lŭuh⁴*] train

xếp hàng [*sehp² hang⁵*] to stand in line

ĐỘNG TỪ – *VERBS*

băng qua đường [*băng¹ kwa¹ dŭuhng⁵*] to cross the street

chỉ đường [*chee⁴ dŭuhng⁵*] to show the way

đến [*dehn²*] to come; to arrive

đi [*dee¹*] to go; to leave; to depart

đi bộ [*dee¹ boh⁶*] to walk

ghi tên [*gee¹ tehn¹*] to check in; to register

giúp [*yoop²*] to help

hút thuốc [*hoot² thwohk²*] to smoke

lái xe [*lie² se¹*] to drive

GIỚI TỪ – *PREPOSITIONS*

bên phải của [*behn¹ fie⁴ koouh⁴*] on the right of

bên trái của [*behn¹ trie² koouh⁴*] on the left of

cạnh [*kănh⁶*] next to

chung quanh [*choongm¹ kwănh¹*] around

đối diện [*dohy² yehn⁶*] opposite, facing

dưới [*yŭuhy²*] below; under

gần [*gun⁵*] near

giữa [*yŭuh³*] between; in the middle of

ngoài [*ngwie⁵*] outside

sau [*shăw¹*] behind; after

trên [*trehn¹*] above; over

trong [*trahngm¹*] in, inside

trước [*trŭuhk²*] in front of; before

xa [*sa¹*] far from

CHAPTER 8

Terms of Address: A Cultural Aspect
Family Relationships

I. TERMS OF ADDRESS

A. Kinship terms

When speaking to other people, Vietnamese speakers use one of the two sets of nouns to address the interlocutors and to address themselves. The first set includes the kinship terms such as **ba** [*ba¹*] ("dad"), **mẹ** [*me⁶*] ("mom"), **con** [*kahn¹*] ("child"), **anh** [*ănh¹*] ("older brother"), **chị** [*chee⁶*] ("older sister"), **em** [*em¹*] ("younger brother/sister"), etc. Except for **ba** and **mẹ**, which are used only for one's own parents, the other kinship terms can be used with people outside the family. All these terms can be used as a singular, second person pronoun, or "you": **Mẹ ăn cơm chưa?** [*me⁶ ăn¹ kuhm¹ chŭuh¹*] ("Mom, have you eaten yet?"); **Mấy giờ anh về nhà?** [*may² yuh⁵ ănh¹ veh⁵ nha⁵*] ("What time are you coming home?"). Note that the latter example can be used toward one's own older brother or any unrelated man around the age of the speaker's older brother.

On the other hand, all of those terms can also be used as the singular, first person pronoun, or "I," for the speaker to address him-/herself when speaking to their respective family member. For example, a young woman can tell her mom, **Tối nay con sẽ gọi điện thoại cho mẹ** [*tohy¹ năy¹ kahn¹ she³ goy⁶ dyehn⁶ thwie⁶ chah¹ me⁶*] ("I will call you tonight, Mom"); or a father tells his son, **Ba đang đợi con về ăn cơm** [*ba¹ dang¹ duhy⁶ kahn¹ veh⁵ ăn¹ kuhm¹*] ("I'm waiting for you to come home for dinner"). Again, except for **ba** and **mẹ**, the other terms can be used between unrelated people. If a little boy is speaking to a young man, he can tell the young man something like **Anh ơi, em bị lạc đường** [*ănh¹ uhy¹ em¹ bee⁶ lak⁶ dŭuhng⁵*] ("Hey big brother, I'm lost"); or a young woman can ask a little girl, **Chị nhờ em làm cái này nhé!** [*chee⁶ nhuh⁵ em¹ lam⁵ kie² năy⁵ nhe²*] ("I'm asking you to help me with something, OK?").

B. Professional titles

The second set of terms of address is derived from a pool of professions or professional titles such as **bác sĩ** [*bak² shee³*] ("doctor"), **giáo sư** [*yaw² shŭ¹*] ("professor"), **luật sư** [*lwut⁶ shŭ¹*] ("lawyer"), **tiến sĩ** [*tyehn² shee³*] ("doctorate holder"). These terms can be used only to mean "you," not "I' or "me": **Giáo sư có cần gì không ạ?** [*yaw² shŭ¹ kah² kun⁵ yee⁵ khohngm¹ a⁶*] ("Did you need anything, Professor?"); **Mời luật sư ngồi** [*muhy⁵ lwut⁶ shŭ¹ ngohy⁵*] ("Please sit down").

Choosing the proper term to address oneself as "I" when talking to someone is not an easy task. In general, **tôi** [*tohy¹*] can be used professionally with co-workers, colleagues or people the same age as the speaker. It should not be used, however, when talking to people older than the speaker, especially to parents, grandparents, uncles, aunts, etc. In addition to age, social status is of great importance for the speaker in his or her choice of terms. For example, if a person is talking to someone his or her older sibling's age, he or she can use **em** ("younger sibling") for "I/me" and call that person **anh** ("older brother") or **chị** ("older sister").

II. PRACTICE

🎧 **AUDIO** 1

A. The Vietnamese family

Listen to the following reading. Afterwards, read it on your own.

Một đại gia đình Việt Nam bao gồm bên nội và bên ngoại. Bên nội có ông nội, bà nội, bác (anh của bố), chú (em trai của bố) và cô (chị hay em gái của bố). Bên ngoại có ông ngoại, bà ngoại, cậu (anh hay em trai của mẹ) và dì (chị hay em gái của mẹ). Như ở nhiều nước Á châu khác, cặp vợ chồng nào cũng muốn có con trai lẫn con gái, nhất là con trai để nối dõi tông đường.

Cách gọi những người có liên hệ qua hôn nhân khá phức tạp. Về bên nội, vợ của bác gọi là bác gái, vợ của chú gọi là thím, còn chồng của cô gọi là dượng. Về bên ngoại, vợ của cậu gọi là mợ và chồng của dì cũng gọi là dượng như bên nội.

moht⁶ die⁶ ya² deenh⁵ vyeht⁶ nam¹ baw¹ gohm⁵ behn¹ nohy⁶ va⁵ behn¹ ngwie⁶ // behn¹ nohy⁵ kah² ohngm¹ nohy⁶ ba⁵ nohy⁶ bak² (ănh¹ koouh⁴ boh²) choo² (em¹ trie¹ koouh⁴ boh²) va⁵ koh¹ (chee⁶ hăy¹ em¹ gie² koouh⁴ boh²) // behn¹ ngwie⁶ kah² ohngm¹ ngwie⁶ ba⁵ ngwie⁶ kohw⁶ (ănh¹ hăy¹ em¹ trie¹ koouh⁴ me⁶) va⁵ yee⁵ (chee⁶ hăy¹ em¹ gie² koouh⁴ me⁶) // nhŭ¹ uh⁴ nhyehw⁵ nŭuhk² a² chohw¹ khak² kăp⁶ vuh⁶ chohngm⁵ naw⁵ koongm³ mwohn² kah² kahn¹ trie¹ lun³ kahn¹ gie² nhut² la⁵ kahn¹ trie¹ deh⁴ nohy² yoy³ tohngm¹ dŭuhng⁵ //

kăch² goy⁶ nhŭng³ ngŭuhy⁵ kah² lyehn¹ heh⁶ kwa¹ hohn¹ nhun¹ kha² fŭk² tap⁶ // veh⁵ behn¹ nohy⁶ vuh⁶ koouh⁴ bak¹ goy⁶ la⁵ bak² gie² vuh⁶ koouh⁴ choo² goy⁶ la⁵ theem² kahn⁵ chohngm⁵ koouh⁴ koh¹ goy⁶ la⁵ yŭuhng⁶ // veh⁵ behn¹ ngwie⁶ vuh⁶ koouh⁴ kohw⁶ goy⁶ la⁵ muh⁶ va⁵ chohngm⁵ koouh⁴ yee⁵ koongm³ goy⁶ la⁵ yŭuhng⁶ nhŭ¹ behn¹ nohy⁶ //

"A Vietnamese extended family consists of the paternal side and the maternal side. On the paternal side are the paternal grandfather, the paternal grandmother, the father's older brother, his younger brother and his older or younger sister. On the maternal side are the maternal grandfather, the maternal grandmother, the mother's older or younger brother and her older or younger sister. Like in many other Asian countries, most couples like to have both sons and daughters, especially a son to carry on the family name.

The ways to call the in-laws are rather complicated. On the dad's side, the wife of one's uncle (father's older brother) is called "**bác gái**," the wife of one's uncle (father's younger brother) is called "**thím**," and the husband of one's paternal aunt is called "**dượng**." On the mom's side, the wife of one's maternal uncle is called "**mợ**" and the husband of one's maternal aunt is called "**dượng**," just like on the dad's side."

B. Aspect markers

Refer to the Notes on Grammar section below to fill in the blanks in the following sentences with the correct aspect markers (**đã** [*da³*], **vừa** [*vŭuh⁵*], **đang** [*dang¹*], **sắp** [*shăp²*], **sẽ** [*she³*]).

Listen to the following sentences before the addition of aspect markers.

1. Dì dượng của tôi _____ lấy nhau được ba năm nay.
    yee⁵ dŭuhng⁶ koouh⁴ tohy¹ _____ lay² nhăw¹ dŭuhk⁵ ba¹ năm¹ năy¹
    My aunt and her husband have been married for three years.

2. Chị tôi _____ sinh con đầu lòng vào cuối năm.
    chee⁶ tohy¹ _____ sheenh¹ kahn¹ dohw⁵ lahngm⁵ vaw⁵ kwohy² năm¹.
    My older sister will have her first child toward the end of the year.

3. Ông ngoại của anh ấy _____ mất ở Sài Gòn.
    ohngm¹ ngwie⁶ koouh⁴ ănh¹ ay² _____ mut² uh⁴ shie⁵ gahn⁵
    His maternal grandfather has just passed away in Saigon.

4. Bố mẹ của cô _____ sống ở thành phố nào?
    boh² me⁵ koouh⁴ koh¹ _____ shohngm² uh⁴ thănh⁵ foh² naw⁵
    Which city are your parents living in?

5. Anh chị _____ làm đám cưới với nhau, phải không?
    ănh¹ chee⁶ _____ lam⁵ dam² kŭuhy² vuhy² nhăw¹ fie⁴ khohngm¹
    You guys are going to have a wedding, aren't you?

6. Anh Dũng _____ cầu hôn với chị Loan cách đây hai tuần.
    ănh¹ yoohngm³ _____ kohw⁵ hohn¹ vuhy² chee⁶ lwan¹ kăch² day¹ hie¹ twun⁵
    Dũng just proposed to Loan two weeks ago.

7. Mẹ và các dì _____ nấu nướng để chuẩn bị làm đám giỗ ông ngoại.
    me⁶ va⁵ kak² yee⁵ _____ nohw² nŭuhng² deh⁴ chwun⁴ bee⁶ lam⁵ dam² yoh³ ohngm¹ ngwie⁶
    My mom and aunts are cooking in preparation for our grandfather's death anniversary.

III. NOTES OF GRAMMAR

Aspect markers

It might have been noticed that Vietnamese verbs do not have morphological markers for tense. The tense notion of an action can be deduced from the temporal or logical context in which it is carried out: **Bố mẹ tôi quen nhau trong một buổi tiệc sinh nhật.** [*boh² me⁶ tohy¹ kwen¹ nhăw¹ trahngm¹ moht⁶ bwohy⁴ tyehk⁶ sheenh¹ nhut⁶*] ("My parents met at a birthday party"). On the other hand, verbs can be accompanied by a class of particles called *aspect markers*. With these markers, an action can be expressed as *completed*, *in progress* or *projected*. Aspect markers, however, are not obligatorily used with verbs if the context is sufficiently clear.

Completed	Just completed	In progress	Projected (soon)	Projected (later)
ĐÃ	**VỪA**	**ĐANG**	**SẮP**	**SẼ**
da³	*vŭuh⁵*	*dang¹*	*shăp²*	*she³*

 **AUDIO** 3

Listen to the following sentences and repeat after the speaker.

Chú của Lan **đã** có vợ chưa?
choo² koouh⁴ lan¹ da³ kah² vuh⁶ chŭuh
"Is Lan's uncle married?"

Cô Mai **vừa** lấy chồng năm ngoái.
koh¹ mie¹ vŭuh⁵ lay² chohngm⁵ năm¹ ngwie²
"Miss Mai just got married last year."

Chị Thuý **đang** mang thai đứa con thứ hai.
chee⁶ thwee² dang¹ mang¹ thie¹ dŭuh² kahn¹ thŭ² hie¹
"Thuy is expecting her second child."

Anh tôi **sắp** lấy vợ trong năm nay.
ănh tohy¹ shăp² lay² vuh⁵ trahngm¹ năm¹ năy¹
"My older brother is going to get married this year."

Cháu bé của anh chị **sẽ** sinh vào tháng mấy?
chăw² be² koouh⁴ ănh¹ chee⁶ she³ seenh¹ vaw⁵ thang² may²
"What month will your baby be born in?"

IV. PROVERB

 **AUDIO** 4

MỘT GIỌT MÁU ĐÀO HƠN AO NƯỚC LÃ.
moht⁶ yaht⁶ măw² daw⁵ huhn¹ aw¹ nŭuhk² la³

- **Literal meaning:** A drop of red blood is worth more than a pond of water.
- **Figurative meaning:** Blood relations are the most important relations in life.
- **Cultural implication:** Family plays an important role in Vietnamese society. It is common that most families consist of three generations living under the same roof: the grandparents, the parents and their children.

V. ACTIVE VOCABULARY

DANH TỪ – *NOUNS*

anh [*ănh¹*] brother
anh/chị/em họ [*ănh/chee⁶/em¹ hah⁶*]
  cousin
bà ngoại [*ba⁵ ngwie⁶*] maternal
  grandmother
bà nội [*ba⁵ nohy⁶*] paternal grandmother
bác (gái) [*bak² gie²*] wife of "**bác trai**"
bác (trai) [*bak² trie¹*] paternal uncle
  (*older than father*)
bố/ba/cha [*boh²/ba¹/cha¹*] father
bố/mẹ chồng [*boh² me⁶ chohngm⁵*]
  father/mother-in-law (*of the woman*)
bố/mẹ vợ [*boh² me⁶ vuh⁶*]
  father/mother-in-law (*of the man*)
cậu [*kohw⁶*] maternal uncle
cháu (trai/gái) [*chăw² trie¹/gie²*]
  nephew/niece
chị [*chee⁶*] older sister
chồng [*chohngm⁵*] husband
chú [*choo²*] paternal uncle (*younger than
  father*)
cô [*koh¹*] paternal aunt
con (trai/gái) [*kahn¹ trie¹/gie²*] boy;
  son/girl; daughter

con dâu [*kahn¹ yohw¹*] daughter-in-law
con rể [*kahn¹ reh⁴*] son-in-law
dì [*yee⁵*] maternal aunt
dượng [*yŭuhng⁶*] husband of "**cô**" or "**dì**"
đám cưới [*dam² kŭuhy²*] wedding
đám giỗ [*dam² yoh³*] death anniversary
đàn ông [*dan⁵ ohngm¹*] man
đàn bà [*dan⁵ ba⁵*] woman
em (trai/gái) [*em¹ trie¹/gie²*] younger
  brother/sister
gia đình [*ya¹ deenh⁵*] family
mẹ/má [*me⁶/ma²*] mother
mợ [*muh⁶*] wife of "**cậu**"
ông ngoại [*ohngm¹ ngwie⁶*] maternal
  grandfather
ông nội [*ohngm¹ nohy⁶*] paternal grandfather
thím [*theem²*] wife of "**chú**"
vợ [*vuh⁶*] wife

ĐỘNG TỪ – *VERBS*

cầu hôn [*kohw⁵ hohn¹*] to propose
  (*marriage*)
chết [*cheht²*] to die
có chồng [*kah² chohngm⁵*] to be married
  (*for a woman*)

có vợ [*kah² vuh⁶*] to be married (*for a man*)

làm đám cưới [*lam⁵ dam² kŭuhy²*] to have a wedding

lấy chồng [*lay² chohngm⁵*] to get married (*for a woman*)

lấy vợ [*lay² vuh⁶*] to get married (*for a man*)

mang thai [*mang¹ thie¹*] to be pregnant

mất [*mut²*] to lose; to pass away

sinh [*sheenh¹*] to give birth; to be born

sống [*shohngm²*] to live

yêu [*yehw¹*] to love

TIỂU TỪ – *PARTICLES*

đã [*da³*] *indicates a completed action*

đang [*dang¹*] *indicates an on-going action*

sắp [*shăp²*] *indicates a planned action (soon)*

sẽ [*she³*] *indicates a planned action (later)*

vừa [*vŭuh⁵*] *indicates a recently completed action*

CHAPTER 9
Particles: "Flavors" of the Sentences
Health and Medical Care

I. PARTICLES

In Vietnamese, several particles are used in different types of sentences to express an array of attitudes, intentions or emotions on the speaker's part. These particles add "flavors" to sentences that would otherwise sound rather bland in discourse. Particles can have different positions in a sentence.

a. **Initial particles:** These particles were introduced in Chapter 7, repeated here for review: (i) **Thưa** [*thŭuh¹*]—followed by a term of address—expresses the speaker's respect toward the interlocutor: **Thưa bác, hôm nay bác thấy đỡ chưa?** [*thŭuh¹ bak² hohm¹ năy¹ bak² thay² duh⁴ chŭuh¹*] ("Sir, are you feeling better today?"); (ii) **hãy** [*hăy³*]—followed by a verb and possibly preceded by a personal pronoun or term of address—is used in a formal sounding command: **Các em hãy giữ gìn sức khoẻ** [*kak² em¹ hăy³ yŭ³ yeen⁵ shŭk² khwe⁴*] ("You guys, stay healthy!"); (iii) **xin** [*seen¹*]—followed by a personal pronoun or a term of address and a verb—is used in a polite command: **Xin điền vào mẫu khai tình trạng sức khoẻ này** [*seen¹ dyehn⁵ vaw⁵ mohw³ khie¹ teenh⁵ trang⁵ shŭk² khwe⁴ năy⁵*] ("Please fill out this health history form"). The most common initial particle, however, is (iv) **dạ** [*ya⁶*], which expresses respect and appears before any other type of words in a sentence: **Dạ phải, cháu thấy đau ở ngực và bụng** [*ya⁶ fie⁴ chăw² thay² dăw¹ uh⁴ ngŭk⁶ va⁵ boongm⁶*] ("That's right, I feel pain in my chest and abdomen").

b. **Middle particles:** (i) **Mà** [*ma⁵*]—appearing after the subject of a sentence—is used to express an emphatic conditional situation: **Tôi mà biết món ăn này dễ gây ngộ độc thì chắc**

tôi đã không dám ăn [*tohy¹ ma⁵ byeht² mahn² ăn¹ năy⁵ yeh³ gay¹ ngoh⁶ dohkp⁶ thee⁵ chăk² tohy¹ da³ khohngm¹ yam² ăn¹*] ("Had I known that this dish was likely to cause poisoning, I would not have dared eat it"); (ii) **thì** [*thee⁵*]—appearing after a topicalized element: **Căn bệnh này thì các bác sĩ có thể chữa được** [*kăn¹ behnh⁶ năy⁵ thee⁵ kak² bak² shee³ kah² theh⁴ chǔuh³ dǔuhk⁶*] ("This illness, the doctors are able to treat"); (iii) **lại** [*lie⁶*]—used after a subject—indicates a contradiction: **Lan đang bị cảm mà lại phải làm quá nhiều việc** [*lan¹ dang¹ bee⁶ kam⁴ ma⁵ lie⁶ fie⁴ lam⁵ kwa² nhyehw⁵ vyehk⁶*] ("Lan is having a cold, yet she has to do so much work"); (iv) **là** [*la⁵*]—used between an adverb of degree (**rất** [*rut²*] "very," **thật** [*thut⁶*] "really") and an adjective or an adverb of manner—intensifies an idea that is already emphasized: **Loại thuốc bổ này thật là công hiệu!** [*lwie⁶ thwohk² boh⁴ năy⁵ thut⁶ la⁵ kohngm¹ hyehw⁶*] ("This supplement is really effective!").

c. **Final particles:** (i) **ạ** [*a⁶*] is used at the end of a question or a statement to show respect toward the interlocutor: **Thưa bác sĩ, tôi uống thuốc này một ngày mấy viên ạ?** [*thǔuh¹ bak² shee³ tohy¹ wohng² thwohk² năy⁵ moht⁶ ngăy⁵ may² vyehn¹ a⁶*] ("Doctor, how many of these pills do I take every day?"). In addition, an adult can use this particle following a term of address in a statement with a younger person in an endearing way: **Bác hơi bị nhức đầu, cháu ạ** [*bak² huhy¹ bee⁶ nhǔk¹ dohw⁵ chăw² a⁶*] ("I have a mild headache, my dear"); (ii) **vậy** [*vay⁶*] is used at the end of a question (and can be followed by a term of address) to express interest or concern: **Tại sao tay của con bị sưng vậy?** [*tie⁶ shaw¹ tăy¹ koouh⁴ kahn¹ bee⁶ shǔng¹ vay⁶*] ("Why are you having a stomachache, kid?"); (iii) **hở** [*huh⁴*]—appearing at the end of a question, but can be followed by a personal pronoun or term of address—is used to make the question sound friendly or "tone down" its inquisitiveness: **Em bị chóng mặt hở?** [*em¹ bee⁶ chahngm² măt⁶ huh⁴*] ("Are you feeling dizzy?"). Several other final particles are used in imperative sentences and can be reviewed in Chapter 7.

II. PRACTICE

🎧 **AUDIO 1**

A. Particles

Listen to the following sentences, then add a particle to the blank provided according to the suggestions in parentheses.

1. Hôm nay bà cảm thấy thế nào _____? (*respectful*)

   hohm¹ năy¹ ba⁵ kam⁴ thay² theh² naw⁵ _____.

   How are you feeling today, ma'am?

2. _____ cô y tá, em bị sổ mũi và ho. (*respectful*)

   _____ *koh¹ ee¹ ta² em¹ bee⁶ shoh⁴ mooy³ va⁵ hah¹*

   Nurse, I have a runny nose and a cough.

3. Em trai tôi bị sốt cao, còn em gái tôi _____ bị cúm. (*contrastive*)

   em¹ trie¹ tohy¹ bee⁶ shoht² kaw¹ kahn⁵ em¹ gie² tohy¹ _____ bee⁶ koom²

   My little brother has a high fever, whereas my little sister is having the flu.

4. Bác sĩ _____ biết chị không ăn kiêng, ông ấy sẽ không hài lòng đâu. (*conditional*)

   bak² shee³ _____ byeht² chee⁶ khohngm¹ ăn¹ kyehng¹ ohngm¹ ay² she³ khohngm¹ hie⁵ lahngm⁵ dohw¹

   If your doctor knows that you do not stick to a diet, he will not be happy.

5. Một tuần anh tập thể dục mấy lần _____? (*concerned*)

   moht⁶ twun⁵ ănh¹ tup⁶ theh⁴ yookp⁶ may² lun⁵ _____

   How many times do you exercise a week?

🎧 **AUDIO** 2

B. Adverbs of degree

Listen to the following sentences, then put the adverb of degree in parentheses in the correct position in each sentence. Refer to the Notes on Grammar section for explanations.

1. Ba tôi đi ngủ đúng giờ. // (**lắm** [*lăm²*])
    ba tohy¹ dee¹ ngoo⁴ doongm² yuh⁵
    My dad goes to bed (very) punctually.

2. Thưa bác sĩ, lưng tôi đau. // (**quá** [*kwa²*])
    thŭuh¹ bak² shee³ lŭng¹ tohy¹ dăw¹
    Doctor, my back hurts (so badly).

3. Mẹ uống thuốc bổ đều đặn. // (**thật** [*thut⁶*])
    me⁶ tohy¹ wohng² thwok² boh⁴ dehw⁵ dăn⁶
    Mom takes her supplements (quite) regularly.

4. Chị tôi sợ đi nha sĩ. // (**rất** [*rut²*])
    chee⁶ tohy¹ shuh⁶ dee¹ nha¹ shee³
    My older sister dreads going to the dentist (very much).

5. Anh ấy cảm thấy mệt. // (**hơi** [*huhy¹*])
    ănh¹ ay² kam⁴ thay² meht⁶
    He is feeling (kind of) tired.

6. Tôi thấy việc ăn uống bổ dưỡng là gay go. // (**khá**)
    tohy¹ thay² vyehk⁶ ăn¹ wohng² boh⁴ yŭuhng³ la² găy¹ gah¹
    I think eating healthy is (pretty) challenging.

III. NOTES ON GRAMMAR

Adverbs of degree: These adverbs intensify an adjective, a verb or an adverb of manner.

*   **rất** [*rut²*] ("very") is used both in speaking and writing. It precedes an adjective (**rất ốm yếu** [*rut² ohm² yehw²*] "very sickly"), an adverb of manner (**rất chậm chạp** [*rut² chum⁶ chap⁶*] "very slowly") and a number of verbs of perception or emotion (**rất thích** [*rut² theech²*] "to like very much," **rất nhớ** [*rut² nhuh²*] "to miss a lot").

*   **lắm** [*lăm²*] ("very") is used only in speaking. It follows the modified word or phrase (**đau lắm** [*dăw¹ lăm²*] "very painful," **sợ đi bác sĩ lắm** [*shuh⁶ dee¹ bak² shee³ lăm²*] "to be very scared of going to the doctor").

*   **quá** [*kwa²*] ("so, too") is used only in speaking. It usually follows the modified word or phrase (**nhức quá** [*nhŭk² kwa²*] "to hurt so much," **khó chịu quá** [*khah² cheew⁶ kwa²*] "so uncomfortable"). When **quá** precedes another word, it indicates a high level of intensity (**quá nặng** [*kwa² năng⁶*] "extremely grave," **quá nhanh** [*kwa² nhănh¹*] "extremely fast," **quá tin** [*kwa² teen¹*] "to believe too much").

*   **hơi** [*huhy¹*] ("kind of") is used only in speaking. It comes before an adjective (**hơi sưng** [*huhy¹ shŭng¹*] "kind of swollen"), and adverb (**hơi bất ngờ** [*huhy¹ but² nguh⁵*] "kind of unexpectedly") or a verb of perception or emotion (**hơi ngán** [*huhy¹ ngan²*] "kind of dread,"

hơi hiểu [*huhy¹ hyehw⁴*] "kind of understand").

- **thật** [*thut⁶*] ("really, quite") is used both in speaking and writing when it precedes the modified word or phrase (**thật hiệu nghiệm** [*thut⁶ hyehw⁶ ngyehm⁶*] "very efficacious," **thật đắng** [*thut⁶ dăng²*] "very bitter"). **Thật** can follow another word, but only in spoken language (**dễ chịu thật** [*yeh⁴ cheew⁶ thut⁵*] "quite comfortable").

- **khá** [*kha²*] ("fairly, moderately") is used both in speaking and writing. It precedes the word or phrase that it modifies (**khá khoẻ khoắn** [*kha² khwe⁴ khwăn²*] "fairly well," **khá trầm trọng** [*kha² trum⁵ trahngm⁶*] "fairly serious").

IV. PROVERB

🎧 **AUDIO** 3

ĐAU TIẾC THÂN, LÀNH TIẾC CỦA.
dăw¹ tyehk² thun¹ lănh⁵ tyehk² koouh⁴

- **Literal meaning:** In sickness, people feel sorry for their body. In good health, they care more about their material possessions.
- **Figurative meaning:** Most people do not care for their well-being until they get sick.
- **Cultural implication:** In a third world country, people tend to focus more on making a living than on caring for their health.

V. ACTIVE VOCABULARY

DANH TỪ – *NOUNS*

bàn tay [*ban⁵ tăy¹*] hand
bệnh [*behnh⁶*] disease, sickness
bệnh nhân [*behnh⁶ nhun¹*] patient
bệnh viện [*behnh⁶ vyehn⁶*] hospital
bệnh xá [*behnh⁶ sa²*] clinic
bụng [*boongm⁶*] abdomen, belly
cảm [*kam⁴*] cold
cánh tay [*kănh² tăy¹*] arm
chân [*chun¹*] foot
cổ [*koh⁴*] neck
cúm [*koom²*] flu
dạ dày [*ya⁶ yăy⁵*] stomach
đầu [*dohw⁵*] head
họng [*hahngm⁶*] throat
lưng [*lŭng¹*] back
lưỡi [*lŭuhy³*] tongue
mắt [*măt²*] eye
miệng [*myehng⁶*] mouth
mũi [*mooy³*] nose
ngón tay [*ngahn² tăy¹*] finger
ngực [*ngŭk⁶*] chest
phổi [*fohy⁴*] lung
phòng cấp cứu [*fahngm⁵ kup² kŭw²*]
  emergency room
răng [*răng¹*] tooth
sốt [*shoht²*] fever
sức khoẻ [*shŭk² khwe⁴*] health
tai [*tie¹*] ear
thuốc [*thwohk²*] medication
tim [*teem¹*] heart
vai [*vie¹*] shoulder

TÍNH TỪ – *ADJECTIVES*

bệnh [*behnh⁶*] sick
buồn ngủ [*bwohn⁵ ngoo⁴*] sleepy
buồn nôn [*bwohn⁵ nohn¹*] nauseated
chóng mặt [*chahngm² mặt⁶*] dizzy
khoẻ [*khwe⁴*] well, healthy
mệt [*meht⁶*] tired
nặng [*năng⁶*] heavy; grave, serious
sưng [*shŭng¹*] swollen

ĐỘNG TỪ – *VERBS*

bị [*bee⁶*] to be (*in an unfavorable situation*)
cảm thấy [*kam⁴ thay²*] to feel
đau [*dăw¹*] to hurt
đau bụng [*dăw¹ boongm⁶*] to have a
  stomachache
đau cổ họng [*dăw¹ koh⁴ hahngm⁶*] to have a
  sore throat
đau lưng [*dăw¹ lŭng¹*] to have a backache
đi bác sĩ [*dee¹ bak² shee³*] to go to the doctor
hắt hơi [*hăt² huhy¹*] to sneeze
ho [*hah¹*] to cough
khám [*kham²*] to examine
nghẹt mũi [*nget⁶ mooy⁴*] to have a stuffy nose
nghỉ ngơi [*ngee⁴ nguhy¹*] to rest, to relax
nhức đầu [*nhŭk² dohw⁵*] to have a headache
nôn [*nohn¹*] to throw up
sổ mũi [*shoh⁴ mooy³*] to have a runny nose
tập thể dục [*tup⁶ theh⁴ yookp⁶*] to exercise
uống thuốc [*wohng² thwohk²*] to take
  medication

CHAPTER 10
The Main Dialects of Vietnamese
Holidays and Entertainment

I. THE MAIN DIALECTS OF VIETNAMESE

As mentioned in the Introduction Chapter, there are eight groups of dialects in the Vietnamese language, spreading from the North to the Central and the South. However, speakers tend to generally identify only three major groups as the northern dialects, the central dialects and the southern dialects. While all the dialects share the same syntactic characteristics, they differ considerably in accent (tones, consonants and vowels) and vocabulary.

1. Differences in Accent

a. Tones. Overall, it can be observed that the tone systems vary considerably from north to south. The tones in the northern dialects are higher than those in the central and southern dialects. Central Vietnam is so long a stretch that its dialects vary sharply with regard to tones. The tone systems in the upper part of the region are generally low, whereas those in the lower part are higher and become roughly at the same level as those of the dialects in the south.

🎧 **AUDIO** 1

Samples of tone differences. Listen to the following sentences read in three regional accents from (a) Hanoi (northern), (b) Hue (central) and (c) Saigon (southern).

1.   Chúng tôi sẽ cùng đi xem kịch với nhau vào cuối tuần.
     choongm[2] tohy[1] she[4] koongm[5] dee[1] sem[1] keech[6] vuhy[2] nhăw[1] vaw[5] kwohy[2] twun[5]
     We will go see a play together this weekend.

2. Mồng một Tết là ngày đầu năm âm lịch.
   mohngm^5 moht^6 teht^2 la^5 ngăy^5 dohw^5 năm^1 um^1 leech^6
   Day One of Tet is the first day of the lunar year.

3. Các bạn định làm gì vào kỳ nghỉ lễ Giáng Sinh sắp tới?
   kak^2 ban^5 deenh^6 lam^5 yee^5 vaw^5 kee^5 ngee^4 yang^2 sheenh^1 shăp^2 tuhy^2
   What do you guys plan to do during the up-coming Christmas break?

While most northern dialects have all the six tones, the central and southern dialects recognize only five tones. The most outstanding difference is the distinction between the mid-high, rising, glottalized tone (as in **nữa** [*nŭuh^3*] "more") and the mid-low, rising tone (as in **nửa** [*nŭuh^4*] "half") in the northern dialects, while these two tones are pronounced as the latter in the central and southern dialects.

b. Consonants

- The "**z**" sound exists only in the northern dialects, while it is replaced by the "**y**" sound in the central and southern dialects. Thus, the noun **da** "skin" is pronounced in the north as [*za^1*] and in the central and the south as [*ya^1*].
- In the northern dialects, there is only one sound "**z**" for the spellings **d**, **gi** and **r**, so the three words **dao** "knife," **giao** "to deliver" and **rao** "to announce" are all pronounced as [*zaw^1*]; while in the central and the south, the first two words are pronounced as [*yaw^1*] and the third word as [*raw^1*].
- There is no distinction between the "**s**" sound and the "**sh**" sound in most northern dialects. These two sounds, on the other hand, are clearly distinguished in several central and southern dialects. For example, in those dialects, **xay** "to grind" is pronounced as [*săy^2*] and **say** "to be drunk" is pronounced as [*shăy^2*].
- Northern speakers also make no distinction between a word like **châu** [*chohw^1*] "continent" and **trâu** [*trohw^1*] "water buffalo," pronouncing both words as [*chohw^1*]. In most central and southern regions, two distinct consonants are pronounced for each of the words.
- If some initial consonants merge into each other as described above in the northern dialects, then several final consonants tend to merge into each other in the central and southern dialects. For example, the final "**t**" and "**k**" sounds, while pronounced nice and differently in the north, are both treated as just the "**k**" sound in the central and the south: **cát** [*kat^2*] "sand" and **các** [*kak^2*] "all" both sound like [*kak^2*] in these regions. Also, the final nasals "**n**" and "**ng**" (before unrounded vowels) are distinct in the northern dialects but are treated as just "**ng**" in the central and southern dialects: both the nouns **lan** [*lan^1*] "orchid" and **lang** [*lang^1*] "wolf" sound alike as [*lang^1*] in these dialects.
- Lip rounding co-pronunciation of final consonants can also be observed as another distinctive characteristic between the northern dialects and the central and southern dialects (in addition to the general lip rounding co-pronunciation in all dialects discussed in Chapter 4). Those cases involve the final **t** and **n** that follow **ô** or **u**, where northern speakers do not do lip rounding

co-pronunciation like central and southern speakers: **sốt** [*shoht²*] "fever," **sút** [*shoot²*] "to get loose," **môn** [*mohn¹*] "subject," **mun** [*moon¹*] "ebony." In the central and southern dialects, these words sound like a "**p**" sound is added to the **t**, and an "**m**" sound is added to the **n**: **sốt** [*shohtp²*], **sút** [*shootp²*], **môn** [*mohnm¹*], **mun** [*moonm¹*].

🎧 AUDIO 2

Dialectal pronunciations of consonants. Listen to the pronunciation of the initial and final consonants in (a) the northern dialects and (b) in the central and southern dialects in the following chart:

Initial consonants	1. **dao** "knife" – **giao** "to deliver" – **rao** "to announce" 2. **xay** "to grind" – **say** "drunk" 3. **châu** "continent" – **trâu** "water buffalo"
Final consonants	4. **cát** "sand" – **các** "all" 5. **lan** "orchid" – **lang** "wolf" 6. **sốt** "fever" – **sút** "to slip" – **môn** "subject" – **mun** "ebony"

c. **Vowels.** Vowels also vary richly from the north to the south. Some dialects in the coastal region of south-central Vietnam (Quảng Nam and Quảng Ngãi) even have a very distinct system of vowels and diphthongs, a discussion of which is beyond the scope of this book. In general, however, the main difference between the vowel system of the northern dialects and that of the central and southern dialects is that the latter two fail to distinguish between closed vowels and open vowels in many instances. For example, while northern speakers pronounced the pair **tây** [*tay¹*] "west" (with a closed vowel) and **tay** [*tăy¹*] "hand" (with a less closed vowel), most south-central and southern speakers would just pronounce these words with one and the same vowel (the less closed one) as [*tay¹*]. Another common merge of vowels in the central and southern regions is between **o** (open vowel) and **ô** (closed vowel) when they are followed by **c** or **ng**. Thus **cốc** [*kohkp²*] "glass" and **cóc** [*kahkp²*] "toad," or **công** [*kohngm¹*] "peacock" and **cong** [*kahngm¹*] "curved," are supposed to contain a closed and an open vowel respectively, which northern speakers pronounce very clearly, but these words are all pronounced alike with an open vowel.

🎧 AUDIO 3

Dialectal pronunciations of vowels. Listen to the pronunciation of the vowels in the following words in the (a) northern dialects and (b) south-central and southern dialects.

1. **tây** "west" – **tay** "hand"
2. **nấm** "mushroom" – **nắm** "to hold"
3. **cốc** "glass" – **cóc** "toad"
4. **công** "peacock" – **cong** "curved"

2. Lexical differences

Vocabulary is also a rich source that helps identify the region from which a speaker comes.

🎧 **AUDIO 4**

Regional vocabulary Listen to the following words and phrases from the (a) Hanoi dialect (northern), Hue dialect (central) and (c) Saigon dialect (southern).

	Hanoi dialect	Hue dialect	Saigon dialect	Meaning
1	**đấy** *day²*	**nớ** *nuh²*	**đó** *dah²*	that
2	**bát** *bat²*	**đọi** *doy⁶*	**chén** *chen²*	bowl
3	**thế** *theh²*	**rứa** *rŭuh²*	**vậy** *vay⁵*	so
4	**nem rán** *nem¹ zan²*	**ram** *ram¹*	**chả giò** *cha⁴ yah⁵*	eggroll
5	**muôi** *mwohy¹*	**môi** *mohy¹*	**vá** *va²*	ladle
6	**mẹ** *me⁶*	**mạ** *ma⁶*	**má** *ma²*	mother
7	**ngã** *nga³*	**bổ** *boh⁴*	**té** *te²*	to fall
8	**hôm nay** *hohm¹ năy¹*	**bữa ni** *bŭuh³ nee¹*	**bữa nay** *bŭuh³ năy¹*	today
9	**xấu hổ** *sohw² hoh⁴*	**dị** *yee⁶*	**mắc cỡ** *măk² kuh³*	shy
10	**nằm mơ** *năm⁵ muh¹*	**nằm chộ** *năm⁵ choh⁵*	**nằm chiêm bao** *năm⁵ chyehm¹ baw¹*	to dream

II. PRACTICE

🎧 **AUDIO 5**

A. Holidays in Vietnam

Listen to the following reading. Afterwards, read it again on your own.

Ngoài hai ngày lễ quốc tế là Tết tây (hay Tết Dương lịch) và Giáng Sinh, người Việt Nam còn mừng các ngày lễ truyền thống của mình. Ngày lễ quan trọng nhất là Tết Nguyên Đán (còn gọi là Tết ta). Đây là ngày 1 tháng Giêng, tháng đầu tiên tính theo năm âm lịch. Vào ngày 10 tháng Ba âm lịch, cả nước làm lễ giỗ tổ Hùng Vương là những vị vua đã khai sinh ra nước Việt Nam, lúc bấy giờ được đặt tên là Văn Lang.

Một ngày lễ tôn giáo lớn khác ngoài Giáng Sinh là lễ Phật Đản (ngày 15 tháng Tư âm lịch) được các phật tử tưng bừng kỷ niệm hằng năm. Trẻ em Việt Nam cũng có một ngày lễ riêng, đó là Tết Trung Thu, nhằm ngày 15 tháng Tám âm lịch, lúc mặt trăng tròn và đẹp nhất trong năm. Vào buổi tối Tết Trung Thu, trong khi các em thiếu nhi vui vẻ đi rước đèn trong xóm hay trên hè phố, người lớn cũng mừng ngày lễ này qua tách trà thơm và những chiếc bánh nướng, bánh dẻo đặc biệt dành cho ngày lễ này.

ngwie⁵ hie¹ ngăy⁵ leh³ kwohk² teh² la⁵ teht² tay¹ (hăy¹ teht² dŭuhng¹ leech⁶) va⁵ yang² sheenh¹ ngŭuhy⁵ vyeh⁶ nam¹ kahn⁵ mŭng⁵ kak² ngăy⁵ leh³ trwyehn⁵ thohngm² koouh⁴ meenh⁵ // ngăy⁵ leh³ kwan¹ trahngm⁶ nhut² la⁵ teht² ngwyehn¹ dan² (kahn⁵ goy⁶ la⁵ teht² ta¹) // day¹ la⁵ ngăy⁵ moht⁶ thang² yehng¹ thang² dohw⁵ tyehn¹ teenh² thew¹ năm¹ um¹ leech⁶ // vaw⁵ ngăy⁵ mŭuhy⁵ thang² ba¹ um¹ leech⁶ kah⁴ nŭuhk² lam⁵ leh⁴ yoh³ toh⁴ hoongm⁵ vŭuhng¹ la⁵ nhũng³ vee⁶ voouh¹ da³ khie¹ sheenh¹ ra¹ nŭuhk² vyeht⁶ nam¹ lukp² bay² yuh⁵ dŭuhk⁶ dăt⁶ tehn¹ la⁵ văn¹ lang¹

moht⁶ ngăy⁵ leh³ tohn¹ yaw² luhn² khak² ngwie⁵ yang² sheenh¹ la⁵ leh³ fut⁶ dan⁴ (ngăy⁵ mŭuhy⁵ lăm¹ thang² tŭ¹ um¹ leech⁶) dŭuhk⁵ kak² fut⁶ tŭ⁴ tŭng¹ bŭng⁵ kee⁴ nyehm⁶ hăng⁵ năm¹ // tre⁴ em¹ vyeht⁶ nam¹ koongm³ kah² moht⁶ ngăy⁵ leh³ ryehng¹ dah² la⁵ teht² troongm¹ thoo¹ nhăm⁵ ngăy⁵ mŭuhy⁵ lăm¹ thang² tam¹ um¹ leech⁶ lookp² măt⁶ trăng¹ trahn⁵ va⁵ dep⁶ nhut² trahngm¹ năm¹ // vaw⁵ bwohy⁴ tohy² teht² troongm¹ thoo¹ trahngm¹ khee¹ kak² em¹ thyehw² nhee¹ vooy¹ ve⁴ dee¹ rŭuhk² den⁵ trahngm¹ sahm² hăy¹ trehn¹ he⁵ foh² ngŭuhy⁵ luhn² koongm³ mŭng⁵ ngăy⁵ leh³ năy⁵ kwa¹ tăch² tra⁵ thuhm¹ va⁵ nhũng³ chyehk² bănh² nŭuhng² bănh² yew⁴ dăk⁶ byeht⁶ yănh⁵ chah¹ ngăy⁵ leh³ năy⁵

"In addition to the two international holidays, which are the "Western New Year" (i.e. New Year's Day) and Christmas, Vietnamese people also celebrate their own traditional holidays. The most important holiday is the Lunar New Year (also called "our New Year"). It falls on the first day of the first month according to the lunar calendar. On the 10th day of the third lunar month, the whole country commemorates the death anniversary of the Hung kings, who founded Vietnam in the name of Van Lang.

Another big religious holiday besides Christmas—Buddha's Birthday (on the 15th of the fourth lunar month)—is jubilantly celebrated by Buddhists every year. Vietnamese children, too, have their own holiday, namely the Mid-Autumn festival, which falls on the 15th day of the eighth lunar month, when the full moon is in its most beautiful shape of the year. In the evening of the festival, while the kids are merrily walking in their lantern parade through the neighborhoods or on the sidewalks, the adults themselves also celebrate this holiday over a cup of aromatic tea and the baked or sticky rice mooncakes made exclusively for this event."

B. Reading comprehension

Answer the following questions regarding the reading above and give *complete answers* in Vietnamese.

1. Ngày lễ quan trọng nhất ở Việt Nam là ngày lễ nào?
   ngăy⁵ leh³ kwan¹ trahngm⁶ nhut² uh⁴ vyeht⁶ nam¹ la⁵ ngăy⁵ leh³ naw⁵
   What is the most important holiday in Vietnam?

   _____

2. Lễ giỗ tổ Hùng Vương nhằm vào tháng mấy âm lịch?
   leh³ yoh³ toh⁴ hoongm⁵ vŭuhng¹ nhăm⁵ vaw⁵ thang² may² um¹ leech⁶
   Which lunar month does the Hung Kings' death anniversary fall in?

   _____

3. Tên đầu tiên của nước Việt Nam là gì?
   tehn¹ dohw⁵ tyehn¹ koouh⁴ nŭuhk² vyeht⁶ nam¹ la⁵ yee⁵
   What was the first name of Vietnam?

   _____

4. Tết Trung Thu là ngày lễ dành cho ai?
   teht² troongm¹ thoo¹ la⁵ ngăy⁵ leh³ yănh⁵ chah¹ ie¹
   For whom is the Mid-Autumn festival?

   _____

5. Người ta ăn loại bánh gì vào Tết Trung Thu?
   ngŭuh⁵ ta¹ ăn¹ lwie⁶ bănh² yee⁵ vaw⁵ teht² troongm¹ thoo¹
   What kind of cakes do people eat on Mid-Autumn festival?

   _____

C. Writing sentences

Refer to the sections of Notes on Grammar and Active Vocabulary to write up sentences in Vietnamese according to the suggestions in parentheses.

1. (*We will not go to the movies tonight because it is raining.*)

   _____

2. (*If the weather is nice tomorrow, do you guys want to go fishing?*)

   _____

3. (*It's too windy outside. We are just staying home and watching TV.*)

   _____

4. (*There will be a storm this weekend, so my friends and I will not go hunting.*)

   _____

5. (*I usually go for a walk with my dog on warm days.*)

   _____

III. NOTES ON GRAMMAR

Weather sentence constructions. Weather topics can be expressed in various constructions.

- Speakers usually use the noun **trời** [*truhy⁵*] ("heaven, sky") as the subject of a sentence that describes the weather. This subject can be followed by a weather verb: **trời mưa** [*truhy⁵ mŭuh¹*] ("it rains") or an adjective: **trời nắng** [*truhy⁵ năng²*] ("it's sunny"), **trời lạnh** [*truhy⁵ lănh⁶*] ("it's cold").

- Alternatively, speakers can go straight to a verb or and adjective without using a subject at all: **mưa lớn quá!** [*mŭuh¹ luhn² kwa²*] ("it's raining so hard!"); **nóng thật!** [*nahngm² thut⁶*] ("it's really hot").
- The verb **có** [*kah²*] ("to have," or equivalent to the expression "there is/are") is also used with or without the subject **trời** and followed by a weather noun: **đêm nay (trời) có bão** [*dehm¹ năy¹ truhy⁵ kah² baw³*] ("there's going to be a storm tonight"); **hôm qua (trời) có gió lớn lắm** [*hohm¹ kwa¹ truhy⁵ kah² yah² luhn² lăm²*] ("there were really high winds yesterday").
- Like many terms in other categories, a weather word in Vietnamese can be used as more than one part of speech. For example, **mưa** [*mŭuh¹*] can be used as a noun ("rain"): **vùng này có mưa nhiều không?** [*voongm⁵ năy⁵ kah² mŭuh¹ nhyehw⁵ khohngm¹*] ("is there a lot of rain in this region?"), an adjective ("rainy"): **mùa mưa năm nay dài hơn năm ngoái** [*moouh⁵ mŭuh¹ năm¹ năy¹ yie⁵ huhn¹ năm¹ ngwie²*] ("this year's rainy season is longer than that of last year"), or a verb ("to rain"), **bên ngoài trời đang mưa** [*behn¹ ngwie⁵ truhy⁵ dang¹ mŭuh¹*] ("it's raining outside").

IV. PROVERB

🎧 **AUDIO 6**

GIÀU NGHÈO BA MƯƠI TẾT MỚI HAY.
yăw⁵ ngew⁵ ba¹ mŭuhy¹ teht² muhy² hăy¹

- **Literal meaning:** Whether a family is wealthy or not will not be known until the last day of the Lunar year.
- **Figurative meaning:** The way some people make preparations for the Lunar New Year can reveal their family's financial status.
- **Cultural implication:** Most families cannot hide their financial status when the Lunar New Year comes around. People spend as much as they can afford for this important holiday.

V. ACTIVE VOCABULARY

DANH TỪ – *NOUNS*

bão [*baw³*] storm
bãi biển [*bie³ byehn⁴*] beach
biển [*byehn⁴*] sea
Giáng Sinh [*yang² sheenh¹*] Christmas
gió [*yah²*] wind
khí hậu [*khee² hohw⁶*] climate
lễ Phật Đản [*leh³ fut⁶ dan⁴*] Buddha's holiday
mặt trăng [*măt⁶ trăng¹*] moon
mặt trời [*măt⁶ truhy⁵*] sun
mây [*may¹*] cloud
mưa [*mŭuh¹*] rain
mưa phùn [*mŭuh¹ foon⁵*] drizzle
ngày lễ [*ngăy⁵ leh³*] holiday
sao [*shaw¹*] star
sấm [*shum²*] thunder
sét [*shet²*] lightning
sương mù [*shŭuhng¹ moo⁵*] fog
Tết tây [*teht² tay¹*] New Year's
Tết [*teht²*] Lunar New Year holiday
Tết Trung Thu [*teht² troongm¹ thoo¹*]
   Mid-Autumn festival
thời tiết [*thuhy⁵ tyeht²*] weather
trái đất [*trie² dut²*] Earth
trời [*truhy⁵*] sky; heaven
tuyết [*twyeht²*] snow

TÍNH TỪ – *ADJECTIVES*

âm u [*um¹ oo¹*] cloudy
ẩm thấp [*um⁴ thup²*] humid
ấm áp [*um² ap²*] warm
khô [*khoh¹*] dry
lạnh [*lănh⁶*] cold
mát [*mat²*] cool
nắng [*năng²*] sunny
nóng [*nahngm²*] hot
ướt [*ŭuht²*] wet

ĐỘNG TỪ – *VERBS*

đánh bài [*dănh²*] to play cards
đánh cờ [*dănh² kuh⁵*] to play chess
đi biển [*dee¹ byehn⁴*] to go to the beach
đi cắm trại [*dee¹ kăm² trie⁶*] to go camping
đi câu [*dee¹ kohw¹*] to go fishing
đi dạo [*dee¹ yaw⁶*] to go for a walk
đi săn [*dee¹ shăn¹*] to go hunting
nghe nhạc [*nge¹ nhak⁶*] to listen to music
ở nhà [*uh⁴ nha⁵*] to stay home
xem phim [*sem¹ feem¹*] to watch a movie
xem truyền hình [*sem¹ trwyehn⁵ heenh⁵*]
   to watch TV

ANSWER KEY TO PRACTICE EXERCISES

Chapter 1
A. Spelling out words
2. **dễ** "easy": **zay/yay – ay** – *dấu ngã*
2. **khó** "difficult": **kah – hat – aw** – *dấu sắc*
3. **lớn** "big": **ella – uh – enna** – *dấu sắc*
4. **nhỏ** "small": **enna – hat – aw** – *dấu hỏi*
5. **rộng** "spacious, wide": **era – oh – enna – jay** – *dấu nặng*
6. **hẹp** "narrow": **hat – eh – pay** – *dấu nặng*
7. **dài** "long": **zay/yay – ah – ee** – *dấu huyền*
8. **ngắn** "short": **enna – jay – ah** (with high pitch) **– enna –** *dấu sắc*
9. **sớm** "early": **es – uh – emma** – *dấu sắc*
10. **trễ** "late": **tay - era** – *dấu ngã*

B. Letter and accent mark recognition
1. **bàn** "table"
2. **ghế** "chair"
3. **giường** "bed"
4. **cửa** "door"
5. **nhà** "house"
6. **phòng** "room"
7. **sân** "yard"
8. **vườn** "garden"
9. **chợ** "market"
10. **võng** "hammock"

CHAPTER 2
A. Recognizing vowels
[a] **A** – [b] **Ă** – [c] **Â**
1. [a] **cam** "orange"
2. [c] **cân** "to weigh"
3. [b] **căng** "to stretch"
4. [b] **canh** "soup" (*The spelling ă is not shown*)

[a] **E** – [b] **Ê**
5. [a] **tem** "stamp"
6. [b] **quên** "to forget"
7. [a] **quen** "familiar"
8. [b] **đêm** "night"

[a] **O** – [b] **Ô** – [c] **Ơ**
9. [c] **cơm** "steam rice"
10. [a] **con** "child"
11. [a] **cong** "curved"
12. [b] **công** "peacock"

[a] **U** – [b] **Ư**
13. [a] **cung** "bow"
14. [b] **sưng** "swollen"
15. [b] **lưng** "back"
16. [b] **cưng** "dear"

[a] **I** – [b] **Ê**
17. [a] **tim** "heart"
18. [b] **kênh** "canal"
19. [a] **sinh** "to be born"
20. [b] **bênh** "to defend"

B. Using vocalic marks
1. **nam** "south"
2. **năm** "five"
3. **tăm** "toothpick"
4. **mâm** "tray"
5. **câm** "mute"
6. **kem** "cream"
7. **thêm** "to add"
8. **nên** "should"
9. **đông** "crowded"
10. **tôm** "shrimp"
11. **ong** "bee"
12. **sơn** "to paint"
13. **hư** "broken"
14. **xu** "coin"
15. **tư** "private"

CHAPTER 3

E. Objects and possession

1. Quyển vở <u>này</u> là <u>của</u> ai?
2. Con chó đó là của ba tôi.
3. Đôi <u>giày</u> kia là của mẹ tôi.
4. <u>Chiếc</u> vớ <u>này</u> không <u>phải</u> là của tôi.
5. <u>Cái</u> quần <u>này</u> là của anh, <u>phải</u> không?
6. <u>Cái</u> kéo <u>kia</u> không <u>phải</u> là <u>của</u> chúng tôi.
7. Con <u>dao</u> đó là của anh <u>ấy</u> <u>hay</u> <u>của</u> cô <u>ấy</u>?
8. Trái banh <u>này</u> có <u>phải</u> là <u>của</u> các anh không?
9. Chiếc xe đạp <u>kia</u> là <u>của</u> Nam.
10. Toà nhà <u>này</u> là <u>của</u> bà Lan.

F. Writing sentences

1. Chiếc xe của cô là màu gì?
2. Trái cam này không phải là của tôi.
3. Con mèo đó có phải là của anh không?
4. Cái đồng hồ này là của ai?
5. Cái kính đó là của cô ấy, phải không?
6. Cuốn từ điển kia là màu nâu hay màu xám?
7. Đôi giày này là của bạn tôi.
8. Ngôi nhà thờ đó là của họ.

CHAPTER 4

C. Lip-rounding co-articulation

1. **lăng** "mausoleum"
2. **lông** "feather"
3. **lung** "far away"
4. **lang** "wolf"
5. **lưng** "back"
6. **luống** "bed (of plants)"
7. **lọc** "to filter"
8. **lục** "to forage"
9. **lạt** "tasteless"
10. **lợt** "light (color)"
11. **luộc** "to boil"
12. **lực** "strength"

D. Same spelling, different pronunciation of vowel due to the final consonant letters

Column A	Column B
Open vowel	*Brief vowel*
cáng "stretcher"– **cán** "handle"– **cám** "bran" – **cát** "sand" – **các** "plural marker"	**cắp** "to grip"– **cánh** "wing"– **cắn** "to bite" – **cách** "method"– **cắm** "to pitch"– **cắt** "to cut"

F. At the fast food counter

Nhân viên Chào ông! Ông muốn mua món gì?

Khách Chào bà! Cho tôi một ổ bánh mì thịt nướng.

Nhân viên Ông cần gì <u>nữa</u> không?

Khách <u>Làm</u> <u>ơn</u> cho tôi một <u>phần</u> bánh <u>cuốn</u> nhân tôm và một <u>phần</u> xôi đậu <u>đen</u>.

CHAPTER 5

B. Tones and accent marks

1. **quần tây**   "trousers, pants"
2. **áo đầm**   "dress"
3. **nón lá**   "conical hat"
4. **cà-vạt**   "necktie"
5. **áo lót**   "undershirt"
6. **áo quần**   "clothing"
7. **vớ dài**   "stockings"
8. **giày thể thao**   "tennis shoes"
9. **áo thun**   "T-shirt"
10. **cỡ nhỏ**   "small size"
11. **găng tay**   "gloves"
12. **váy ngắn**   "miniskirt"
13. **áo dài**   "Vietnamese dress"
14. **áo khoác**   "jacket"
15. **mũ len**   "woolen cap"

F. Using numbers

1. Tôi mặc quần tây dài một trăm lẻ một phân.
2. Cái đồng hồ vàng này giá mười lăm triệu đồng.
3. Các đôi giày cao gót kia giá không dưới bốn trăm đô-la.
4. Những cái áo dài này dài chín mươi lăm phân.
5. Sợi dây chuyền bạc này giá hai ngàn ba trăm sáu mươi mốt đô-la à?

CHAPTER 6

A. Specific questions and interrogative words

1. **Q:** Mẹ đang ủi quần áo cho **ai**?
2. **Q:** Em của cô mặc quần áo **khi nào**?
3. **Q:** Chị thường đi ngủ vào lúc mấy giờ?
4. **Q:** Anh ấy làm việc bao nhiêu tiếng một tuần?
5. **Q:** Mỗi buổi sáng cô Mai trang điểm mất **bao lâu**?
6. **Q:** Cuối tuần này chúng ta sẽ đi đâu?
7. **Q:** Anh Huy làm việc ở đâu?
8. **Q:** **Tại sao** sáng nay cô Thuý đi làm trễ?
9. **Q:** Anh học trường đại học **nào**?
10. **Q:** Maria nói tiếng **gì**?
11. **Q:** Dạo này việc buôn bán của ông **thế nào**?
12. **Q:** Anh mở cái điện thoại này **làm sao**?

C. Telling time

1. **12:05 p.m.** Mười hai giờ năm phút sáng.
2. **6:43 a.m.** (a) Sáu giờ bốn mươi ba phút sáng. (b) Bảy giờ kém mười bảy phút sáng.
3. **8:30 p.m.** (a) Tám giờ ba mươi phút tối. (b) Tám giờ rưỡi tối.
4. **9:45 p.m.** (a) Chín giờ bốn mươi lăm phút tối. (b) Mười giờ kém mười lăm phút tối.
5. **11:28 p.m.** Mười một giờ hai mươi tám phút đêm.

CHAPTER 7

B. Vocabulary

1. **Ngân hàng** Quốc Gia nằm trên đường Nguyễn Du, phải không, cô?
2. Ở **góc đường** trước mặt có một tiệm hoa lớn.
3. Ông có thấy cái **bùng binh** đằng kia không? Đó là ngã sáu Nguyễn Tri Phương.
4. Cô nên rất cẩn thận khi **băng qua đường** ở đây
5. Từ **khách sạn** đến công viên lái xe mất bao lâu?
6. Đến chỗ đèn giao thông chị quẹo ngược lại nhé.
7. Tôi phải đi bộ hay đi xe buýt để đến chợ Bến Thành?
8. Bà có thể đón tắc-xi ngay tại **phi trường**.
9. Nếu lạc đường, chị có thể hỏi những viên **cảnh sát** giao thông kia.
10. Làm ơn cho tôi xem **thông hành**.

C. Types of questions

1. (b) Tiệm sách nằm ở đâu?
2. (b) Xin lỗi cô, ở đây có quầy đổi ngoại tệ nào không?
3. (b) Anh ơi, xe buýt này đi nhà thờ Đức Bà, phải không?
4. (a) Tại sao hôm nay anh không rút tiền trong máy được?
5. (a) Lối này là lối vào khu vực các chuyến bay đi hay các chuyến bay đến?

D. Imperative sentences

1. **Đừng** quên trả phòng trước 10 giờ **nhé**.
2. **Hãy** chọn hãng hàng không của chúng tôi cho chuyến du lịch của quý vị.
3. Cô tìm vài địa điểm du lịch **giùm** tôi **đi**!
4. **Xin đừng** dùng điện thoại cầm tay trong phòng này.
5. **Xin mời** quý vị qua phòng chờ cho chuyến bay kế tiếp.
6. Các bạn **cứ** đi ngoạn cảnh trước **đi**!
7. **Xin** mọi người **cứ** tự nhiên lấy thức ăn trên bàn **nhé**!
8. Làm ơn mua **giùm** chúng tôi hai vé xe đò đi Vũng Tàu **nhé**!

CHAPTER 8
A. Aspect markers

1. Dì dượng của tôi **đã** lấy nhau được ba năm nay.
2. Chị tôi **sẽ** sinh con đầu lòng vào cuối năm.
3. Ông ngoại của anh ấy **vừa** mất ở Sài Gòn.
4. Bố mẹ của cô **đang** sống ở thành phố nào?
5. Anh chị **sắp** làm đám cưới với nhau, phải không?
6. Anh Dũng **vừa** cầu hôn với chị Loan cách đây hai tuần.
7. Mẹ và các dì **đang** nấu nướng để chuẩn bị làm đám giỗ ông ngoại.

CHAPTER 9
A. Particles

1. Hôm nay bà cảm thấy thế nào **ạ**?
2. **Thưa** cô y tá, em bị sổ mũi và ho.
3. Em trai tôi bị sốt cao, còn em gái tôi **thì** bị cúm.
4. Bác sĩ **mà** biết chị không ăn kiêng, ông ấy sẽ không hài lòng đâu.
5. Một tuần anh tập thể dục mấy lần **vậy**?

A. Adverbs of degree

1. Ba tôi đi ngủ đúng giờ **lắm.**
2. Thưa bác sĩ, lưng tôi đau **quá** (*or* **quá** đau).
3. Mẹ uống thuốc bổ **thật** đều đặn (*or* đều đặn **thật**).
4. Chị tôi **rất** sợ đi nha sĩ.
5. Anh ấy cảm thấy **hơi** mệt.
6. Tôi thấy việc ăn uống bổ dưỡng là **khá** gay go.

CHAPTER 10
B. Writing sentences

1. Tối nay chúng tôi sẽ không đi xem phim vì trời đang mưa.
2. Nếu ngày mai thời tiết đẹp, các bạn có muốn đi câu cá không?
3. Bên ngoài trời gió quá. Chúng tôi chỉ ở nhà xem truyền hình (ti-vi).
4. Cuối tuần này sẽ có bão nên các bạn tôi và tôi sẽ không đi săn.
5. Tôi thường đi dạo với con chó của tôi vào những ngày trời ấm áp.

VIETNAMESE-ENGLISH VOCABULARY

A

à 1 *part (used in a tag question)* • *cô là người Nhật à?* are you Japanese? 2 *interj* oh • *à, anh có rảnh không?* oh, are you free?

ạ *part (used at the end of a statement for respect or friendliness)* • *không dám ạ* please don't mention it

ai *pron* 1 who • *ai đó?* who's there? 2 anyone • *chuyện đó ai cũng làm được* anyone can do that • *không ai* no one

anh[1] 1 *n* brother 2 *pron* you/male

Anh[2] *n, adj* English • *tiếng Anh* English language

anh ấy *pron* he, him

anh/chị/em họ *n* cousin

ảnh *n* photo • *chụp ảnh* to take pictures

ánh nắng *n* sunlight

ánh sáng *n* light

áo choàng *n* coat

áo dài *n* Vietnamese dress • *mặc áo dài* to wear a Vietnamese dress

áo đầm *n* dress

áo khoác *n* blazer

áo len *n* sweater

áo sơ-mi *n* shirt

áo thun *n* T-shirt

áo vét *n* suit jacket

Ă

ăn *v* to eat • *cô thích ăn món gì?* what dish would you like to eat?

ăn mặc *v* to dress *(in general)*

ăn nói *v* to speak *(in general)*

ăn sáng *v* to have breakfast

ăn kiêng *v* to be on a diet

ăn tối *v* to have dinner • *cô thường ăn tối vào lúc mấy giờ?* what time do you usually have dinner?

ăn tráng miệng *v* to have dessert

ăn trưa *v* to have lunch

ăn vặt *v* to snack

Â

âm *adj* negative, minus • *hai mươi độ âm* minus twenty degrees

âm lịch *n* Lunar calendar • *Tết âm lịch* Lunar New Year

âm thanh *n* sound • *âm thanh nổi* surround sound

ấm *adj* warm, lukewarm • *áo ấm* sweater

ấm áp *adj* warm • *thời tiết ấm áp* warm weather

ẩm *adj* 1 humid 2 moist

ầm ĩ *adj* noisy • *cái gì mà ầm ĩ vậy?* what's the commotion?

ẩm thực *n* cuisine

ấn *v* to press • *ấn nút* to press a button

ẩn *v* to hide • *ẩn mình* to hide oneself

B

ba *n* 1 father 2 three

bà 1 *n* Mrs. 2 *pron* you *(female)*

bà ngoại *n* maternal grandmother

bà nội *n* paternal grandmother

bác (gái) *n* wife of one's uncle *(father's older brother)*

bác (trai) *n* paternal uncle *(father's older brother)*

bác sĩ *n* doctor • *bác sĩ y khoa* medical doctor

bài *n* playing card • *đánh bài* to play cards

bài hát *n* song • *hát một bài* to sing a song

bài học *n* lesson • *học bài* to learn one's lesson

bài tập *n* exercise • *làm bài tập* to do an exercise

ban đêm *n* night, nighttime

ban ngày *n* day, daytime

bán *v* to sell • *buôn bán* to do retail business

bàn *n* table • *bàn ăn* dining table

bàn chân *n* foot • *bàn chân trái của tôi bị đau* my left foot hurts

bàn tay *n* hand • *ngón tay* finger

bản *n* copy, cuốn • *bản sao* photocopy

bảng *n* 1 board 2 chart

bạn *n* friend • *tình bạn* friendship

bạn gái *n* girlfriend

bạn học *n* classmate

bạn thân *n* best friend

bạn trai *n* boyfriend

banh *n* ball • *chơi đá banh* to play soccer

bánh mì *n* bread; sandwich • *bánh mì thịt nguội* cold cut sandwich

bánh ngọt *n* pastry

bao *n* bag • *bao giấy* paper bag • *bao ni-lông* plastic bag

bao nhiêu *adj/adv* how many; how much • *món này bao nhiêu tiền?* how much is this item?

báo *n* newspaper • *nhật báo* daily newspaper

bão *n* storm

bay *v* to fly • *bay thẳng* to fly non-stop

bảy *n* & *adj* seven

bắc *n* & *adj* north; northern

băng qua đường *v* to cross the street

bằng 1 *adj* equal 2 *adv* as • *anh ấy cao bằng tôi* he is as tall as I am

bắp *n* corn • *bắp rang* popcorn

bắp thịt *n* muscle

bắt *v* to catch; to arrest

bận *adj* busy • *cô có bận không?* are you busy?

bên *n* side • *bên nào?* which side?

bên phải của *prep* on the right of

bên trái của *prep* on the left of

bệnh 1 *n* disease, sickness 2 *adj* sick

bệnh nhân *n* patient

bệnh viện *n* hospital

bệnh xá *n* clinic

bi quan *adj* pessimistic

bị *v* to be (*in unfavorable situations*) • *anh ấy bị bệnh* he is sick

biển *n* sea • *bãi biển* beach

biết *v* to know • *tôi không biết* I don't know

bò *n* 1 cow 2 beef • *phở bò* beef noodles

bố/ba/cha *n* father • *bố ruột* biological father

bố chồng *n* father-in-law (*of the woman*)

bố dượng *n* stepfather

bố vợ *n* father-in-law (*of the man*)

bốn *n* & *adj* four

bún *n* rice vermicelli • *bún bò Huế* spicy beef and pork noodle soup • *bún thịt nướng* grilled pork with rice vermicelli

bụng *n* abdomen, belly • *bị đầy bụng* to feel bloated

buổi chiều *n* afternoon

buổi sáng *n* morning

buổi tối *n* evening

buổi trưa *n* noon; early afternoon

buồn *adj* sad

buồn ngủ *adj* sleepy

buồn nôn *adj* nauseated • *cảm thấy buồn nôn* to feel nauseated

bữa (ăn) sáng *n* breakfast • *ăn sáng* to have breakfast

bữa (ăn) tối *n* dinner • *ăn tối* to have dinner

bữa (ăn) trưa *n* lunch • *ăn trưa* to have lunch

bưu điện *n* post office

C

ca sĩ *n* singer

cà *n* tomato • *cà tím* eggplant

cá *n* fish • *cá hồi* salmon • *cá thu* tuna

cả 1 *adj* whole • *cả lớp* the whole class 2 *adv* at all • *tôi không hiểu gì cả* I don't understand anything at all

các *part* (*used before nouns or pronouns in the plural sense*) • *các sinh viên đại học* the university students

các anh *pron* you (*male/plural*)

các anh ấy *pron* they (*male*)

các bà *pron* you (*female/plural*)

các bà ấy *pron* they (*female/older/plural*)

các chị *pron* you (*female/plural*)

các chị ấy *pron* they (*female/young/plural*)

các ông *pron* you (*male/older/plural*)

các ông ấy *pron* they (*male/older/plural*)

cam *n, adj* orange (*color*) • *trái cam* orange (*fruit*)

cám ơn 1 *v* to thank 2 *interj* thanks • *cám ơn anh nhiều* thank you very much

cảm *n* cold • *bị cảm* to have a cold

cảm thấy *v* to feel • *cô cảm thấy thế nào?* how are you feeling?

canh *n* soup (*Vietnamese style*) • *canh chua* sweet and sour soup

cánh tay *n* arm

cảnh sát *n* police officer

cạnh *prep* next to

cao *adj* tall, high

cạo râu *n* to shave

cà-phê *n* coffee • *cà-phê đen* black coffee • *cà-phê sữa đá* iced coffee with milk

cắt *v* to cut • *cắt tóc* to have a hair cut

cắt cỏ *v* to cut the grass; to mow the lawn

cấm *v* to prohibit • *cấm hút thuốc* no smoking (*allowed*)

cần *v* to need • *ông cần gì?* how can I help you?

cầu hôn *v* to propose (*marriage*)

cậu *n* maternal uncle

chào *v* to greet • *chào mừng quý vị* welcome!

cháu (trai/gái) *n* nephew/niece

chân *n* foot • *ngón chân* toe

chật *adj* tight

chè *n* sweet soup dessert • *chè ba màu* three-color dessert

chết *v* to die

chỉ *v* to show; to point

chỉ đường *v* to show the way

chị 1 *n* older sister 2 *pron* you (*female*)

chị ấy *pron* she, her

chim *n* bird • *chim sẻ* sparrow

chín[1] *adj, n* nine • *mười chín* nineteen

chín[2] *adj* 1 ripe 2 cooked

cho 1 *n* to give 2 *prep* for

chó *n* dog • *chó con* puppy

chóng mặt *adj* dizzy • *tôi thấy chóng mặt lắm* I feel very dizzy

chồng *n* husband • *chồng cũ* ex-husband • *chồng sắp cưới* fiancé

chú *n* paternal uncle (*father's younger brother*)

chủ *n* 1 owner 2 boss • *chủ nhà* house owner; landlord

chủ nhật *n* Sunday

chùa *n* Buddhist temple

chung quanh *prep* around

chúng nó *pron* they (*objects/kids*)

chúng ta *pron* we, us (*inclusive*)

chúng tôi *pron* we, us (*exclusive*)

chuối *n* banana • *nải chuối* a hand of bananas

chuyến bay *n* flight • *chuyến bay đêm* red-eye flight

chuyến du lịch *n* trip • *du lịch* to go on a trip

có 1 *v* to have • *anh chị có mấy cháu?* how many children do you have? 2 *v* there is/there are • *gần đây có trạm xăng nào không?* is there a gas station nearby? 3 *adv* yes • *có, tôi thích âm nhạc lắm* yes, I like music very much

có chồng *v* to be married (*for a woman*)

có vợ *v* to be married (*for a man*)

con gái *n* 1 girl 2 daughter

con trai *n* 1 boy 2 son

con dâu *n* daughter-in-law

con rể *n* son-in-law

còn *conj* and, as for • *còn anh thì sao?* how about you?

cô 1 *n* paternal aunt 2 *n* Miss 3 *pron* you (*female*)

cô giáo *n* female teacher • *cô giáo tiểu học* elementary teacher

cô ấy *pron* she, her

cổ *n* neck • *cổ áo* collar

công viên *n* park • *công viên quốc gia* National Park

công nhân *n* worker • *công nhân xây dựng* construction worker

cỡ *n* size • *what size shirt do you wear?* anh mặc áo cỡ nào?

cởi ra *v* to take off (*clothing*)

cơm *n* steam rice • *cơm chiên* fried rice

cũ *adj* old • *người yêu cũ* ex-boyfriend or girlfriend

của *prep* of • *trang mạng của công ty* the website of the company • *căn nhà của Nam* Nam's house

của ai *interr adj* whose • *cuốn sách này là của ai?* whose book is this?

cúm *n* flu • *bị cúm* to get the flu • *chích ngừa cúm* to have a flu shot

cùng *adv* together • *chúng tôi cùng đi ăn trưa* we went to lunch together

cũng *adv* 1 also, too 2 pretty • *cũng được* not bad; OK

D

da *n* skin • *bệnh ngoài da* skin disease

dao *n* knife • *dao cạo râu* razor blade

dạ *part* 1 yes (*respectful, polite*) 2 (*used before a statement respectfully*) • *dạ, đúng rồi* that's correct

dạ dày *n* stomach

dai *adj* chewy, tough • *thịt dai* the meat is tough

dài *adj* long • *chiều dài* length

dám *v* dare

dạy *v* to teach • *dạy dỗ* to educate

dâu *n* strawberry • *kem dâu* strawberry ice-cream

dầu *n* oil • *dầu ăn* cooking oil • *dầu hoả* kerosene

dấu *n* mark • *dấu chấm* period • *dấu chấm*

hỏi question mark • *dấu phẩy* comma • *dấu than* exclamation mark

dây chuyền *n* 1 necklace 2 chain

dậy *v* to get up • *ngồi dậy* to sit up • *thức dậy* to wake up

dẻo *adj* chewy • *bánh dẻo* snowskin mooncake

dép *n* flip-flops

dẹp *adj* flat

dì *n* maternal aunt

do *prep* by • *kiểu xe này do Đức sản xuất* this car model is made by the Germans

dọn dẹp *v* to clean up

doanh nhân *n* businessman

dở *adj* 1 bad 2 tasteless

dùng *v* 1 to use 2 to have (*meal, food*)

dưa *n* melon

dưa hấu *n* watermelon

dứa *n* pineapple

dừa *n* coconut • *nước dừa* coconut milk

dừng *v* to stop • *dừng lại!* stop!

dưới *prep* below; under

dương *adj* 1 positive 2 plus

dương lịch *n* Solar calendar

dượng *n* husband of one's aunt

Đ

đá *n* rock, stone • *mỏm đá* cliff

đã *part* (*indicates a completed action*) • *ông đã gặp cô ấy chưa?* have you met her?

đám cưới *n* wedding

đám giỗ *n* death anniversary

đàn *n* string instrument • *đàn tranh* Vietnamese zither • *đánh đàn* to play a string instrument

đàn bà *n* woman

đàn ông *n* man

đang *part* (*indicates an on-going action*) • *chị đang làm gì đó?* what are you doing?

đánh *v* 1 to hit, to beat, to strike • *đánh máy* to type 2 to play • *đánh cờ* to play chess

đánh răng *v* to brush one's teeth

đau **1** *v* to hurt **2** *adj* painful

đau bụng *v* to have a stomachache

đau cổ họng *v* to have a sore throat

đau lưng *v* to have a backache

đắt **1** *adj* expensive **2** *adv* well *(business)* • *tiệm cô ấy bán đắt lắm* her business is doing very well

đâu *adv* where • *các em đi đâu vậy?* where are you going? • *bưu điện nằm ở đâu?* where is the post office located?

đầu **1** *n* head **2** *adj* first • *mới đầu* at first

đen *adj* black, dark

đèn *n* light, lamp • *đèn cầy* candle

đèn giao thông *n* traffic lights

đẹp *adj* beautiful

đếm *v* to count • *số đếm* cardinal number

đền *n* temple

đến *v* to come, to arrive

đi *v* **1** to go **2** to leave, to depart

đi bác sĩ *v* to go to the doctor

đi bộ *v* to walk

đi câu *v* to go hunting

đi dạo *v* to go for a walk

đi làm *v* to go to work

đi mua sắm *v* to go shopping

đi ngủ *v* to go to bed

đi săn *v* to go hunting

đĩa *n* **1** plate **2** disk, disc • *đĩa hát* music disc

điện *n* electricity, power • *cúp điện* power shortage

điện thoại *n* telephone • *điện thoại cầm tay* *n* cell phone

điện tử *n* electronics • *đồng hồ điện tử* smart watch

đó *adj & pron* that • *đó là cái gì?* what's that?

đỏ *adj* red

đói *adj* hungry • *anh có đói không?* are you hungry?

đôi *n* pair, couple • *đôi giày* a pair of shoes

đối diện *prep* opposite, facing

đội *v* to wear *(on the head)* • *đội nón* to wear a hat

đông[1] *n* **1** east **2** winter

đông[2] *adj* crowded • *đám đông* the crowd

đồng hồ *n* watch, clock • *đồng hồ treo tường* wall clock

đủ *adj* sufficient, enough • *đủ chưa?* is it enough?

đũa *n* chopstick • *đôi đũa* a pair of chopsticks

đúng *adj* correct • *đúng không?* is it correct?

được **1** *v* to be • *ông ấy được tiền thưởng* he was given a bonus **2** *adj* alright, OK • *được rồi* that's OK

đường *n* **1** street **2** sugar

E

e *v* to be afraid • *tôi e rằng xe buýt sẽ đến trễ* I'm afraid that the bus will be late

em chồng *n* younger sibling of one's husband

em gái *n* younger sister

em dâu *n* wife of one's younger brother

em họ *n* cousin *(child of one's parent's younger siblings)*

em rể *n* husband of one's younger sister

em vợ *n* younger sibling of one's wife

em trai *n* younger brother

én *n* swallow

eo *n* waist

Ê

ê[1] *interj* *(informal)* hey!

ê[2] *adj* sensitive • *bị ê răng* to have sensitive teeth

ê ẩm *adj* slightly painful

ê chề *adj* shameful, embarrassed

ê hề *adj* abundant *(food)*

ế *adj* slow *(retail business)*

ếch *n* frog

êm *adj* smooth

êm đẹp *adj* accordant, harmonious

êm đềm *adj* tranquil, peaceful

G

ga[1] *n* gas • **bếp ga** gas stove

ga[2] *n* station • **ga xe lửa** train station

gái *adj* girl, female • **cháu gái** niece

gan 1 *n* liver **2** *adj (informal)* gutsy

gà *n* chicken • **gà con** chick • **gà mái** hen • **gà trống** rooster

gạo *n* rice • **gạo nếp** sticky rice

găng tay *n* glove

gần *adv & prep* near

gầy *adj* skinny

ghế *n* chair • **ghế bành** armchair

ghi tên *v* to check in, to register

gì *adj & pron* what • **bà nói gì?** what did you say?

gia đình *n* family • **người trong gia đình** family member

già *adj* old, elderly • **tuổi già** old age

giá *n* price • **giá bao nhiêu?** what's the price?

giả *adj* false, faux, fake • **cua giả** imitation crab

Giáng Sinh *n* Christmas • **chúc mừng Giáng Sinh!** Merry Christmas!

giao *v* to deliver

giáo sư *n* professor

giáo viên *n* teacher

giàu *adj* rich, wealthy

giày *n* shoe • **giày cao gót** high-heel shoes

giặt *v* to wash *(clothes)* • **giặt ủi** dry cleaning

giấu *v* to hide

giây *n* second • **xin chờ một giây** just a second

giấy *n* paper • **tờ giấy** sheet of paper

giấy tờ *n* documents, paperwork

giấy nhập cảnh *n* visa

gió *n* wind • **trời gió quá** it's very windy

giờ *n* hour; o'clock • **mấy giờ rồi?** what time is it?

giùm *v* to help • **làm giùm tôi chuyện này** help me do this

giúp *v* to help • **xin giúp tôi** please help me

giữa *prep* **1** between **2** in the middle of

giường *n* bed • **giường chiếc** single bed • **giường đôi** double bed

gói *n* pack • **gói thuốc lá** pack of cigarettes

gỏi *n* salad *(Vietnamese style)* • **gỏi đu đủ bò khô** green papaya salad with beef jerky

gọi *v* **1** to call **2** to order *(food, drinks)*

gỗ *n* wood

gối *n* pillow

gồm có *v* to consist of, to include

H

hai *n* two • **hai mươi** twenty

hái *v* to pick *(from a plant or tree)*

hại *v* to harm • **có hại** harmful

hàng *n* row, line • **xếp hàng** to stand in line

hãng hàng không *n* airline

hành lý *n* luggage • **hành lý xách tay** carry-on luggage

hắt hơi *v* to sneeze

hâm *v* to warm *(food)*

hè *n* summer • **nghỉ hè** to take a summer vacation

heo *n* pig; pork • **heo quay** roasted pork

hết *v* to end, to run out of • **xe tôi hết xăng rồi** my car ran out of gas

hiểu *v* to understand • **tôi không hiểu ông nói gì** I don't understand what you are talking about

hiệu *n* make, brand • **ông sẽ chọn hiệu xe nào?** what car brand will you choose?

hình *n* picture, photo • **chụp hình** to take pictures

ho *v* to cough

họ[1] *pron* they

họ[2] *n* last name

hỏi *v* to ask • **dấu hỏi** hook above *(accent mark for the low-rising tone)*

học *v* to learn, to study • **học thuộc lòng** to learn by heart

học sinh *n* student, pupil

họng *n* throat • *bị đau họng* to have a sore throat

hội chợ *n* fair

hôm qua *adv* yesterday

hôm trước *adv* the other day

hôn *v* to kiss • *nụ hôn* a kiss

hồng *adj* pink • *hoa hồng* rose

hút *v* to suck

hút bụi *v* to vacuum • *máy hút bụi* vacuum cleaner

hút thuốc *v* to smoke

hướng *n* direction

hưởng *v* to enjoy • *hưởng lợi* to benefit

I

im lặng *adj* silent, quiet • *xin giữ im lặng* please keep quiet

ích lợi *adj* useful, beneficial • *cái máy này chẳng có ích lợi gì cả* this machine is completely useless

in *v* to print • *máy in* printer

inh ỏi *adj* loud, noisy • *bấm còi inh ỏi* to honk loudly

ít *adj* little, few • *ít hôm nữa* within a few days • *ít lâu sau* sometime later • *ít nhất* at least

K

kem *n* cream, ice-cream • *bánh kem* cream cake

kém 1 *adj & adv* bad, badly 2 *adv* less • *kém ngon* less delicious

kế tiếp *adj* next • *người kế tiếp* the next person

kể *v* to tell • *kể chuyện* to tell a story

kệ *n* shelf • *kệ sách* bookshelf

khác *adj* 1 other • *những người khác* the others 2 different

khách *n* 1 guest • *nhà khách* guesthouse • *phòng khách* living room 2 client, customer

khách sạn *n* hotel • *khách sạn 5 sao* five-star hotel

khám *v* to examine • *khám bệnh* to have a medical exam

khát *adj* thirsty • *tôi khát nước quá!* I'm so thirsty!

khăn *n* towel • *khăn bàn* tablecloth • *khăn giấy* paper towel, napkin • *khăn mặt* face towel • *khăn tay* handkerchief • *khăn tắm* bath towel

khăn quàng *n* scarf

khắp nơi *adv* everywhere

khen *v* to praise, to compliment

khi *conj* when • *khi nào?* when? • *khi ấy* at that time

khó *adj* hard, difficult

khoai tây *n* potato • *khoai tây chiên* French fries

khói *n* smoke • *ống khói* chimney

khóc *v* to cry, to sob • *khóc nức nở* to cry uncontrollably

khoẻ *adj* well, healthy

khô *adj* dry • *thịt bò khô* beef jerky

khôn *adj* smart, witty

không *adv* no, not • *không có chi* you are welcome

kia *adj* that... over there • *kia kìa!* there!

kiên nhẫn *adj* patient

kính *n* eyeglasses • *kính mát* sunglasses

ký tên *v* to sign one's name

kỹ *adj* careful, cautious

kỹ sư *n* engineer • *kỹ sư điện* electrical engineer • *kỹ sư điện toán* computer engineer

L

la *v* to shout, to yell

là 1 *v* to be • *ông là ai?* who are you? 2 *conj* that • *cô ấy nói là sẽ đến trễ* she said that she would come late

lá *n* leaf • *thuốc lá* cigarette

lạ *adj* strange, unfamiliar • *người lạ* stranger

lại 1 *v* to come over • *lại đây!* come over here!

2 *adv* again • ***anh nói lại đi!*** say that again!

lái xe *v* to drive a car

lạc quan *adj* optimistic

làm *v* **1** to do **2** to make • ***làm ơn*** please

làm đám cưới *v* to have a wedding

làm việc *v* to work • ***làm việc thêm giờ*** to work overtime

lạnh *adj* cold • ***áo lạnh*** sweater • ***nước đá lạnh*** iced water

lau chùi *v* to clean; to dust

lắm *adv* very • ***hay lắm!*** very good!

lần *n* time • ***mấy lần?*** how many times? • ***nhiều lần*** multiple times

lấy chồng *v* to get married (*for a woman*)

lấy vợ *v* to get married (*for a man*)

len *n* wool • ***áo len*** sweater

lê *n* pear

lề đường *n* sidewalk

lễ *n* holiday • ***nghỉ lễ*** to have a holiday break

lễ Phật Đản *n* Buddha's Birthday holiday

lên *v* to go up • ***lên lầu*** to go upstairs

lính *n* soldier • ***đi lính*** to join the army

lo *v* to worry • ***đừng lo*** don't worry

lớn *adj* big • ***người lớn*** adult

luật sư *n* attorney, lawyer • ***luật sư bào chữa*** defense attorney

luôn luôn *adv* always

lưng *n* back • ***bị đau lưng*** to have a backache

lương *n* salary • ***lãnh lương*** to get paid

lưỡi *n* tongue

ly *n* glass, cup

M

mà **1** *adv* but • ***chậm mà chắc*** slowly but surely **2** *pron* who, whom, which • ***người mà anh cần gặp*** the person whom you need to see

mai *adv* tomorrow • ***sáng mai*** tomorrow morning

mãi *adv* forever • ***nhớ mãi*** to remember forever

mang *v* **1** to bring, to carry **2** to wear (*accessories*) • ***mang giày*** to wear shoes • ***mang kính*** to wear glasses

mang thai *v* to be pregnant

mát *adj* cool • ***trời mát*** the weather is cool

màu *n* color • ***màu gì?*** what color?

may[1] *v* to sew • ***tiệm may*** tailor shop

may[2] *adj* lucky, fortunate • ***may quá!*** how lucky!

máy *n* machine • ***máy móc*** machinery

máy bay *n* airplane • ***máy bay phản lực*** jet plane

máy giặt *n* washer, washing machine

máy lạnh *n* air conditioner

máy may *n* sewing machine

máy sấy *n* dryer • ***máy sấy tóc*** hair dryer

máy rút tiền *n* ATM

mắc/đắt *adj* expensive, costly

mặc *v* to wear (*clothing*) • ***mặc áo*** to wear a shirt

mặc vào *v* to put on (*clothing*)

mặn *adj* salty

mắt *n* eye • ***mí mắt*** eyelid

mặt trăng *n* moon • ***trăng tròn*** full moon

mặt trời *n* sun • ***năng lượng mặt trời*** solar energy

mất *v* **1** to lose **2** to pass away **3** to take • ***đi đến đó bằng xe hơi mất bao lâu?*** how long does it take to drive there?

mây *n* cloud • ***trời có nhiều mây*** it's cloudy

mấy *adj* how many • ***mấy giờ rồi?*** what time is it? • ***cháu mấy tuổi?*** how old are you, kid?

mẹ/má *n* mother • ***mẹ nuôi*** adoptive mother

mẹ chồng *n* mother-in-law (*of the woman*)

mẹ kế *n* step-mother

mẹ vợ *n* mother-in-law (*of the man*)

mèo *n* cat • ***mèo mun*** black cat

mến *v* to like • ***dễ mến*** likeable

mệt *adj* tired • ***mệt nhoài*** exhausted

mì *n* egg noodles • ***mì hoành thánh*** wonton noodles

miệng *n* mouth • *ngon miệng* to have a good appetite

món *n* 1 item 2 dish

móng *n* nail • *móng chân* toe nail • *móng tay* fingernail

môi *n* lip • *son môi* lipstick

mỗi *adj* every, each • *mỗi ngày* each day

mợ *n* wife of one's uncle *(mother's brother)*

mới 1 *n* new 2 *adv* just, recently

mời *v* to invite • *thiệp mời* invitation card

mua *v* to buy • *đi mua sắm* to go shopping

mùa *n* season • *trái mùa* off-season

mùa đông *n* winter

mùa hè/mùa hạ *n* summer

mùa thu *n* autumn • *bánh trung thu* mid-autumn cake, mooncake

mùa xuân *n* spring

mũi *n* nose • *bị sổ mũi* to have a runny nose

muối *n* salt • *muối tiêu* salt and pepper

muốn *v* to want

muỗng *n* spoon • *muỗng canh* tablespoon • *muỗng cà-phê* teaspoon

mưa *n & v* (to) rain • *trời đang mưa lớn* it is raining hard

mừng *adj* glad, happy

mươi *n* ten *(used with the tens)* • *năm mươi* fifty

mười *n* ten • *mười lăm* fifteen

mướn *v* 1 to hire 2 to rent • *nhà cho mướn* house for rent

mượn *v* to borrow • *cho mượn* to lend

Mỹ *n & adj* America(n) • *người Mỹ* American person • *nước Mỹ* America

N

nam *n & adj* south

nay/này *adj* this • *chiều nay* this afternoon • *tháng này* this month

năm *n* 1 five 2 year • *năm nay* this year

nắm *v* to hold • *tay nắm cửa* doorknob

nằm *v* 1 to lie 2 to be located

nắng 1 *n* sunlight 2 *adj* sunny

nặng *adj* 1 heavy 2 grave, serious • *dấu nặng* underdot *(for the low-falling tone)*

nâu *n & adj* brown

nấu ăn *v* to cook

ngã *v* to fall • *dấu ngã* tilde *(for the high-rising tone)*

ngã tư *n* intersection

ngày *n* day • *ngày lễ* *n* holiday

ngày tháng *n* date • *hôm nay là ngày tháng mấy?* what's the date today?

ngắn *adj* short *(lengthwise)*

ngân hàng *n* bank

nghe *v* to hear, to listen

nghẹt mũi *v* to have a stuffy nose

nghề *n* profession • *anh làm nghề gì?* what do you do for a living?

nghỉ *v* 1 to rest, to break 2 to have a day off

nghỉ ngơi *v* to rest, to relax

nghĩ *v* to think • *anh nghĩ sao?* what do you think?

ngoài *adv & prep* outside

ngoại tệ *n* foreign currency

ngoạn cảnh *v* to sightsee

ngon *adj* delicious

ngọt *adj* sweet

ngón tay *n* finger • *ngón áp út* ring finger • *ngón cái* thumb • *ngón giữa* middle finger • *ngón trỏ* index finger • *ngón út* little finger

ngôn ngữ *n* language

ngực *n* chest

nhà *n* house, home • *nhà biệt lập* detached house • *nhà chung cư* condominium • *nhà lầu* multi-story house, building • *nhà trệt* single story house • *người nhà* family member

nhà hàng *n* restaurant

nhà thờ *n* church

nhanh *adj* quick, fast • *nhanh lên!* hurry up!

nhất *adj* 1 first • *giải nhất* first prize 2 *adv* most, best • *tôi thích bức tranh này nhất* I like this painting the most

nhẹ *adj* light, slight

nhiều *adj & adv* much, many, a lot • ***nhiều khi*** oftentimes

nhỏ *adj* small • ***trẻ nhỏ*** young kids

nhức *adj* painful, sore

nhức đầu *v* to have a headache

nhưng *conj* but

nĩa *n* fork

nó *pron* it

nói *v* to say, to speak • ***xin nói lớn lên!*** please speak up!

nón *n* hat • ***đội nón*** to wear a hat

nón lá *n* conical hat

nóng *adj* hot • ***nóng tính*** hot-tempered

nôn *v* to throw up

nơi *n* place • ***nơi nào?*** where?

nước *n* 1 water 2 country

nước chấm *n* dipping sauce

nước đá *n* ice

nước lạnh *n* water

nước mắm *n* fish sauce

nước ngọt *n* soda, soft drink

O

oi *adj* hot, muggy • ***trời oi bức quá!*** it's so hot and muggy!

ói *v* to vomit

om *v* to simmer

om sòm *adj* noisy • ***la lối om sòm*** to yell noisily

ong *n* bee • ***mật ong*** bee honey • ***tổ ong*** beehive

ong ỏng *adj & adv* loud(ly) • ***nói ong ỏng*** to talk loudly

óng ánh *adj* sparkling

Ô

ô/dù *n* umbrella • ***che ô/che dù*** to carry an umbrella

ồ *interj* oh • ***ồ, phải rồi*** oh, that's right

ổi *n* guava

ôm *v* to hug, to embrace

ốm *adj* 1 skinny 2 sick • ***cô bị ốm à?*** are you sick?

ôn *v* to review

ồn ào *adj* noisy, loud

ổn *adj* alright • ***có gì không ổn*** there's something wrong

ông *n* 1 sir, mister 2 *pron* you *(male)*

ông ngoại *n* maternal grandfather

ông nội *n* paternal grandfather

ống *n* tube, pipe • ***ống hút*** drinking straw • ***ống kính*** lens • ***ống nhòm*** binoculars • ***ống nghe*** stethoscope • ***ống nước*** water pipe

Ơ

ờ *adv* (informal) yes • ***ờ há!*** oh yeah!

ở *v* 1 to be at • ***ở đâu*** where at? 2 to live

ở nhà *v* to stay home

ợ *v* to belch • ***bị ợ chua*** to have heartburn

ơi *part* (used to call out someone) • ***mẹ ơi!*** Mom!

ơn *n* favor • ***làm ơn*** to do a favor

ớn *adj* sick • ***tôi ớn công việc này lắm rồi*** I'm so sick of this job

ớt *n* pepper, chili

P

pha *v* 1 to mix 2 to brew • ***pha cà-phê*** to make coffee • ***pha trà*** to brew tea

phải *adj* 1 right *(vs. left)* • ***bên phải*** on the right 2 right *(vs. wrong)* • ***phải rồi!*** that's right!

Pháp *n & adj* France, French • ***tiếng Pháp*** French language

phần *n* portion, part • ***phần lớn*** for the most part

phép *n* permission • ***giấy phép*** permit

phi trường *n* airport

phiền *v* to bother, to mind • ***phiền ông cho tôi biết mấy giờ rồi*** would you mind telling me what time it is?

phim *n* film, movie • *phim hài hước* comedy movie • *phim hành động* action movie, thriller • *phim kinh dị* horror movie • *phim tình cảm* drama movie • *phim trinh thám* crime movie

phòng *n* room • *nhà ba phòng ngủ hai phòng tắm* three-bedroom, two-bath house

phòng ăn *n* dining room

phòng cấp cứu *n* emergency room

phòng học *n* study, classroom

phòng khách *n* living room

phòng ngủ *n* bedroom

phòng tắm *n* bathroom

phố *n* 1 street 2 town • *đi phố* to go downtown

phổi *n* lung • *bệnh lao phổi* tuberculosis

phở *n* rice noodles • *phở bò* beef noodles • *phở gà* chicken noodles

phút *n* minute

Q

qua *v* to pass, to go over

quá *adj* so • *đẹp quá!* so beautiful!

quà *n* gift, present • *quà sinh nhật* birthday present

quả *n* fruit • *quả xoài* mango • *quả táo* apple

quai *n* 1 handle 2 strap

quanh *prep & adv* around • *quanh đây* around here

quăn *adj* curly • *tóc quăn* curly hair

quần áo *n* clothing

quần tây *n* pants, trousers

quẹo *v* to make a turn • *quẹo phải* to turn right • *quẹo trái* to turn left

quét nhà *v* to sweep the floors

quên *v* to forget • *hay quên* forgetful

quốc ca *n* national anthem

quốc gia *n* nation

quốc kỳ *n* national flag

quốc tịch *n* 1 nationality 2 citizenship • *vào quốc tịch* to become naturalized

quý *adj* precious, valuable

quỳ *v* to kneel

quýt *n* mandarin, tangerine

R

ra *v* to go out, to come out • *ra trường* to graduate from school

rác *n* trash, garbage • *thùng rác* trash can

rách *adj* torn, ripped

rạp chiếu phim *n* movie theater

rạp hát *n* theater

rau *n* vegetable • *rau cải* greens

răng *n* tooth • *răng cửa* front tooth • *răng hàm* molar • *bị nhức răng* to have a toothache • *đánh răng/chải răng* to brush one's teeth

rằng *conj* that • *tôi nghĩ rằng anh ấy có lý* I think that he is right

râu *n* facial hair • *râu cằm* beard • *râu mép* moustache

rất *adv* very

rẻ *adj* affordable, cheap

rõ *adj* clear

rót *v* to pour

rổ *n* basket • *bóng rổ* basketball

rồi *adj* already • *chúng tôi ăn cơm rồi* we have already eaten

rồng *n* dragon • *cây xương rồng* cactus

rỗng *adj* empty

rộng *adj* 1 loose 2 wide

rơi *v* to fall • *lá vàng rơi* the dead leaves are falling

rời *v* to leave

rung *v* 1 to shake • *rung chuông* to ring the bell 2 to vibrate • *điện thoại rung* the phone is vibrating

ruột 1 *n* intestines 2 *adj* blood, biological • *anh ruột* blood brother

rút *v* to withdraw • *rút tiền* to withdraw money

rửa chén *v* to wash dishes

rừng *n* forest, woods

S

sách *n* book • *tiệm sách* bookstore

sạch *adj* clean

sai *adj* wrong, incorrect

sáng *adj* bright • *buổi sáng* morning

sao[1] *n* star • *sao chổi* comet

sao[2] *pron* what • *cô nghĩ sao?* what do you think? • *không sao đâu* no problem • *ông có sao không?* are you OK?

sau *adv & prep* 1 behind 2 after • *sau đó* afterward

sáu *n & adj* six

sắp *part (indicates a planned action (soon))* • *họ sắp đến thăm chúng ta* they are going to pay us a visit

sân *n* yard, patio • *sân sau* backyard, patio • *sân trước* front yard • *sân vận động* stadium

sâu *adj* deep • *chiều sâu* depth

sẽ *part (indicates a planned action (later))* • *khi nào anh sẽ tốt nghiệp đại học?* when will you graduate from college?

siêng năng *adj* hard-working

siêu thị *n* supermarket

sinh *v* 1 to give birth 2 to be born • *bà sinh năm nào?* what year were you born in?

sinh nhật *n* birthday • *chúc mừng sinh nhật!* happy birthday!

sinh viên *n* college student

số *n* number • *số chẵn* even number • *số lẻ* odd number

sổ *n* record • *sổ tay* notebook

sổ mũi *v* to have a runny nose

sông *n* river • *bờ sông* river bank

sống *v* to live • *sống sót* to survive

sốt *n* fever • *bị sốt* to have a fever

sờ *v* to touch, to feel

sợ *v* to fear, to be afraid

sớm *adj* 1 early 2 soon • *không sớm thì muộn* sooner or later

sơn *v* to paint • *sơn nhà* to paint a house

sữa *n* milk • *sữa đặc* condensed milk

sức mạnh *n* strength

sức khoẻ *n* health • *khám sức khoẻ* to have a physical exam

sưng *adj* swollen

T

tách *n* cup

tai *n* ear • *nặng tai* hard of hearing • *tôi bị ù tai* my ears are ringing

tại sao *adv* why • *tại sao cô học tiếng Việt?* why are you learning Vietnamese?

tám *n & adj* eight

táo *n* apple • *bánh nhân táo* apple pie

tay *n* hand • *làm bằng tay* hand-made

tắm *v* to bathe, to shower • *tắm nắng* to sunbathe • *tắm biển* to swim in the ocean

tập thể dục *v* to exercise

tây *n & adj* west • *gà tây* turkey • *hành tây* onion • *Tết tây* New Year's

tên *n* name • *cô tên gì?* what's your name?

Tết Nguyên Đán *n* Lunar New Year holiday

Tết Trung Thu *n* Mid-Autumn festival

tháng *n* month • *tháng tư* April

tháng chạp *n* the twelfth month in the Lunar calendar

tháng giêng *n* the first month in the Lunar calendar

thành phố *n* city

thay quần áo *v* to get dressed

thăm *v* to visit • *ngày mai chúng tôi sẽ đi thăm viện bảo tàng thành phố* we will visit the municipal museum tomorrow

thấp *adj* short (*person*), low

thật *adj* real, true • *sự thật* truth

thấy *v* to see • *cô thấy chưa?* you see?

thầy *n* male teacher

thì *v* to be • *em tôi cao mà tôi thì thấp* my little brother is tall while I am short

thích *v* to like • *bà thích ăn món gì nhất?* what's your favorite food?

thím *n* wife of one's uncle (*father's younger brother*)

thịt *n* meat • ***thịt bò*** beef • ***thịt gà*** chicken • ***thịt heo*** pork

thông hành *n* passport

thông minh *adj* intelligent

thời gian *n* time • ***trong một thời gian dài*** for a long time

thời tiết *n* weather • ***thời tiết hôm nay như thế nào?*** what's the weather like today?

thuốc *n* medication • ***uống thuốc*** to take medication

thuyền *n* boat • ***thuyền đánh cá*** fishing boat

thư viện *n* library • ***du thuyền*** pleasure boat, cruise ship

thứ ba **1** *adj* third **2** *n* Tuesday

thứ bảy **1** *adj* seventh **2** *n* Saturday

thứ hai **1** *adj* second **2** *n* Monday

thứ hạng *n* rank, order

thứ năm **1** *adj* fifth **2** *n* Thursday

thứ nhất *adj* first • ***đứng nhất*** to rank first

thứ nhì *adj* second

thứ sáu **1** *adj* sixth **2** *n* Friday

thứ tư **1** *adj* fourth **2** *n* Wednesday

thứ tự *n* order • ***theo thứ tự A, B, C*** in alphabetical order

thức ăn *n* food

thức giấc *v* to wake up

thức uống *n* beverage, drink

thực đơn *n* menu

thực phẩm *n* food

thương xá *n* shopping mall

tiệm ăn *n* eatery, restaurant

tiền *n* money • ***bao nhiêu tiền?*** how much money?

tiền giấy *n* paper money, bill

tiền lẻ *n* change, coin

tim *n* heart • ***bị đau tim*** to have a heart attack

tím *adj* purple • ***mặt anh ấy tím ngắt*** his face turned blue

tô *n* bowl

tôi *pron* I, me • ***của tôi*** my, mine

tối *adj* dark • ***buổi tối*** evening

tôm *n* shrimp • ***tôm hùm*** lobster

tốt *adj* good, high quality

trả *v* to pay • ***trả hết nợ*** to pay off one's debt

trả lời *v* to answer, to reply

trả phòng *v* to check out (*in a hotel*)

trai *adj* male, boy

trái[1] *n* fruit • ***trái mít*** jackfruit • ***trái thanh long*** dragonfruit

trái[2] *adj* left • ***bên trái*** on the left

trang điểm *v* to put on make up

trang trí *v* to decorate

trăng *n* moon • ***trăng tròn*** full moon

trắng *adj* white • ***da trắng*** fair skin

trễ *adj* & *adv* late

trên *prep* & *adv* above; over

tròn *adj* round • ***hình tròn*** circle

trong *prep* & *adv* inside

trống *adj* empty, vacant • ***bụng trống*** empty stomach

trước *prep* & *adv* **1** in front (of) **2** before

tủ *n* cabinet

tủ lạnh *n* refrigerator

tủ quần áo *n* closet

tuần (lễ) *n* week • ***cuối tuần*** weekend

tuổi *n* age • ***anh bao nhiêu tuổi?*** how old are you?

tươi *adj* fresh

tưới *v* to water • ***tưới cây*** to water the plants

tưởng tượng *v* to imagine

tượng *n* statue

U

ủi *v* to iron • ***bàn ủi*** iron

ủng *n* boot • ***ủng đi mưa*** rain boots

uốn *v* to twist

uống *v* to drink • ***thức uống*** beverage, drink

uống thuốc *v* to take medication

uổng *adj* wasteful • ***uổng quá!*** what a waste!

úp *adv* upside down • **nằm úp mặt** to lie face down

út *adj* 1 youngest • **con út** the youngest child 2 smallest • **ngón út** little finger

Ư

ư *part* (used in a tag question) • **món này không ngon ư?** isn't this dish delicious?

ừ *adv* (informal) yes

ước *v* to wish • **ước gì tôi có nhiều tiền** if only I had a lot of money

ươm *v* to nurse • **ươm cây** to nurse plants

ươn *adj* rotten • **cá ươn** rotten fish

ưỡn *v* to puff out • **ưỡn ngực** to puff out one's chest

ướp *v* to marinate, to spice

ướt *adj* wet

V

vá *v* to mend

và *conj* and

vai *n* shoulder • **vai kề vai** shoulder to shoulder • **vươn vai** to stretch oneself

vài *adj* some, a few • **vài tháng** a couple of months

vải *n* fabric

vàng *adj* & *n* 1 yellow 2 gold

vào *v* to come in, to enter • **xin mời vào** please come in

váy *n* skirt

vắng *adj* deserted

vắng mặt *adj* absent

vần *n* 1 syllable 2 rhyme

vẫn *adv* still

vâng *adv* (respectful) yes

vất *v* to throw away

vật *n* object, thing

vé *n* ticket • **vé khứ hồi** round ticket

vẽ *v* to draw, to sketch

về[1] *v* to come back, to return

về[2] *prep* about, regarding

ví *n* wallet

ví dụ *n* example • **lấy ví dụ** for example

vì *conj* & *prep* because (of) • **vì sao?** why?

viện *n* institute

viện bảo tàng *n* museum

viết bi *n* ball point pen

viết chì *n* pencil • **viết chì màu** crayon

viết *v* to write

vội *v* to hurry • **vội vàng** hurriedly

vớ *n* sock • **đôi vớ** a pair of socks

vở *n* notebook

vợ *n* wife

với 1 *prep* with 2 *conj* and • **anh với tôi** you and I

vui *adj* happy • **niềm vui** happiness

vui tính *adj* funny, humorous

vùng *n* zone, region

vuông *n* & *adj* square

vừa 1 *part* (indicates a recently completed action) • **họ vừa hỏi anh đấy** they've just asked for you 2 *adj* medium • **cỡ vừa** medium size

vườn *n* garden • **làm vườn** to do gardening

vườn trẻ *n* preschool

X

xa *prep* & *adv* far (from) • **bao xa?** how far?

xách *v* to carry (something with a handle)

xám *adj* gray

xanh dương *adj* blue

xanh lục *adj* green

xào *v* to stir-fry • **mì xào dòn** crispy fried noodles

xăng *n* gas • **đổ xăng** to fill up the car tank • **trạm xăng** gas station

xấu *adj* 1 bad 2 ugly

xe *n* vehicle • **bến xe** Park-And-Ride, transportation center

xe buýt *n* bus • **trạm xe buýt** bus stop

xe đạp *n* bicycle

xe đò *n* charter bus

xe hơi *n* car • *xe hơi điện* electric car

xe lửa *n* train • *vé xe lửa* train ticket

xé *v* to tear

xem *v* **1** to look at **2** to watch • *xem phim* to watch a movie

xếp *v* to fold • *nghệ thuật xếp giấy* origami

xếp hàng *v* to stand in line

xin *v* to ask for • *xin phép* to ask for permission

xin lỗi *interj* pardon, excuse me

xinh *adj* pretty

xoài *n* mango • *xoài sống* green mango

xôi *n* steam sticky rice

xui *adj* unlucky, unfortunate

xúp *n* soup • *xúp măng cua* crab and asparagus soup

xương *n* bone • *bộ xương* skeleton • *xương sống* spine

Y

y khoa *n* medicine • *đại học y khoa* medical school

y sĩ *n* physician

y tá *n* nurse

ý *n* idea • *tôi chợt nảy ra một ý* something just came to my mind

ý kiến *n* opinion • *chị có ý kiến gì không?* do you have any opinion?

ý nghĩ *n* thought • *tôi có nghĩ đến điều đó* that thought has crossed my mind

ý nghĩa *n* meaning, significance • *chữ này nghĩa là gì?* what does this word mean?

yêu *v* to love • *tình yêu* love

yếu *adj* weak • *yếu bóng vía* faint-hearted

yếu ớt *adj* faint, frail

ENGLISH-VIETNAMESE VOCABULARY

A

a *art* một • *a person* một người

ability *n* khả năng

able *adj* có thể

about *adj* 1 về • *what about?* về chuyện gì? 2 khoảng • *about two days* khoảng hai ngày

above *adj* & *adv* trên

accept *v* chấp nhận, chấp thuận

account *n* trương mục • *savings account* trương mục tiết kiệm

across *prep* qua, băng qua

act *n* hành động

activity *n* hoạt động, sinh hoạt

actually *adv* thật ra, đúng ra

add *v* cộng, thêm vào

address *n* địa chỉ

adult *n* người lớn

affect *v* ảnh hưởng đến

after *prep* & *conj* sau, sau khi

again *adv* lại, nữa • *do it again* làm lại đi

against *prep* chống lại

age *n* tuổi • *how old are you?* anh bao nhiêu tuổi?

agency *n* văn phòng, chi nhánh

agent *n* nhân viên, người đại diện

ago *adv* cách đây, về trước • *two years ago* cách đây hai năm

agree *v* đồng ý

ahead *adv* phía trước • *go ahead* xin tự nhiên

air *n* không gian, không khí

all *adj* tất cả, mọi

allow *v* cho phép

almost *adv* hầu như

alone *adv* một mình

along *prep* dọc theo

already *adv* rồi, xong

also *adv* cũng

although *conj* mặc dầu

always *adv* luôn luôn, lúc nào cũng...

American *adj* & *n* (người) Mỹ, thuộc về Mỹ

among *prep* giữa, trong số

amount *n* số tiền

and *conj* và, với • *mother and daughter* hai mẹ con

animal *n* thú vật, con vật

another *adj* khác • *another time* lúc khác

answer *v* trả lời

any *adj* 1 bất cứ • *any time* bất cứ lúc nào 2 nào • *do you have any questions?* cô có câu hỏi nào không?

anyone *pron* ai, bất cứ ai, bất cứ người nào • *I didn't see anyone* tôi không thấy ai cả

anything *pron* gì, bất cứ cái gì, bất cứ điều gì • *did you buy anything?* anh có mua cái gì không?

apply *v* áp dụng, ứng dụng

area *n* vùng, khu

arm *n* cánh tay

around *prep* & *adv* chung quanh, vòng vòng • *to run around* chạy vòng vòng

arrive *v* đến • *what time will the flight arrive?* mấy giờ máy bay đến?

art *n* nghệ thuật, mỹ thuật

artist *n* nghệ sĩ, hoạ sĩ

as *conj* như • *as soon as possible* càng sớm càng tốt

ask *v* hỏi • *to ask a question* đặt câu hỏi

at *prep* 1 tại, ở • *at home* ở nhà 2 vào, vào lúc • *at two o'clock* vào lúc hai giờ

attention *n* sự chú ý, sự để ý • *attention!* xin chú ý!

audience *n* khán giả, cử toạ

available *adj* có, có sẵn, rảnh • *when are you available to do this?* khi nào ông rảnh để làm chuyện này?

avoid *v* tránh

away *adv* 1 cách • *twenty meters away* cách hai mươi mét 2 khỏi • *get away from here* ra khỏi chỗ này

B

baby *n* em bé

back *n* lưng • *in the back of* phía sau

bad *adj* xấu, dở, tồi

bag *n* bao, túi

ball *n* banh, bóng

bank *n* ngân hàng, nhà băng • *bank account* trương mục ngân hàng

bar *n* quán rượu

be *v* là, thì, bị, được • *be patient* hãy kiên nhẫn

beat *v* đánh, gõ

beautiful *adj* xinh, đẹp

because *conj* vì, bởi vì

become *v* trở nên, trở thành

bed *n* giường • *bedroom* phòng ngủ

before *prep & adv* trước, trước khi

begin *v* bắt đầu

behind *prep & adv* sau

believe *v* tin, tin tưởng

best *adj & adv* nhất, tốt nhất

better *adj & adv* tốt hơn, hay hơn

between *prep* giữa

big *adj* to, lớn

bill *n* 1 hoá đơn 2 giấy bạc

billion *adj & n* tỷ • *billionaire* tỷ phú

bit *n* chút, tí • *just a little bit* chỉ một chút thôi

black *adj & n* (màu) đen

blood 1 *n* máu 2 *adj* ruột • *blood sister* chị ruột

blue *adj & n* (màu) xanh dương

board *n* bảng

body *n* thân thể, cơ thể

book *n* sách • *bookstore* tiệm sách

born *adj* sinh • *when were you born?* anh sinh năm nào?

both *adj & pron* cả hai

box *n* hộp

boy *n* con trai • *boyfriend* bạn trai

break *n* sự nghỉ ngơi, sự gián đoạn • *let's take a break* chúng ta nghỉ một chút

bring *v* mang đến, đem theo

brother *n* anh • *older brother* anh • *younger brother* em trai

build *v* xây, cất, xây dựng

building *n* toà nhà

business *n* 1 việc buôn bán, cơ sở thương mại 2 công việc

but 1 *conj* nhưng, mà 2 *prep* ngoại trừ

buy *v* mua, sắm

by *prep* 1 bằng, do, bởi • *by bus* bằng xe buýt • *by whom?* do ai? 2 trước • *by ten c'clock* trước mười giờ

C

call *v* kêu, gọi

camera *n* máy chụp hình, máy quay phim

can[1] *n* thùng, lon • *a can of beer* lon bia

can[2] *v* có thể • *can I help you?* ông cần gì?

capital *n* thủ đô

car *n* xe, xe hơi

card *n* 1 thẻ • *credit card* thẻ tín dụng 2 thiệp • *greeting card* thiệp mừng 3 bài • *to play cards* chơi bài

care *v* săn sóc, chăm sóc • *take care* giữ gìn sức khoẻ nhé

career *n* nghề nghiệp, sự nghiệp

carry *v* mang, xách, khiêng, bồng

case *n* trường hợp • *just in case* phòng khi

catch *v* bắt, chụp

cause *v* gây ra, khiến

cell phone *n* điện thoại cầm tay

center *n* trung tâm

certain *adj* chắc chắn

chair *n* ghế

chance *n* cơ hội, dịp • *by chance* tình cờ

change *v* thay đổi

charge *v* tính tiền

check[1] *v* kiểm soát, kiểm tra

check[2] *n* ngân phiếu • *to cash a check* đổi ngân phiếu ra tiền

child *n* 1 trẻ con 2 con cái

choice *n* sự chọn lựa

choose *v* chọn, lựa

church *n* nhà thờ, thánh đường

citizen *n* công dân • *citizenship* quốc tịch

city *n* thành phố

class *n* lớp học

clear *adj* 1 trong suốt 2 rõ ràng

close *v* đóng, khép • *the store is closed* tiệm đóng cửa

cold 1 *adj* lạnh 2 bệnh cảm *I have a cold* tôi bị cảm

college *n* trường cao đẳng

color *n* màu, màu sắc • *what's your favorite color?* cô thích màu gì nhất?

come *v* đến, lại • *come here!* lại đây!

commercial *adj* thương mại

common *adj* 1 chung 2 thông thường

community *n* cộng đồng

company *n* công ty

compare *v* so sánh

computer *n* máy điện toán

concern *v* quan tâm, lo lắng • *I'm very concerned* tôi rất lo lắng

condition *n* điều kiện, tình trạng

continue *v* tiếp tục

control *v* điều khiển, kiểm soát

cost *v* giá • *how much does this house cost?* căn nhà này giá bao nhiêu?

could *v* có thể • *could you help me with this?* anh giúp tôi việc này nhé!

country *n* nước, quốc gia

couple *n* đôi, cặp, vài • *a couple of days* vài ngày

course *n* khoá học, lớp học

cover *v* che, phủ

culture *n* văn hoá

cup *n* 1 tách 2 cúp, giải • *the World Cup* Giải Túc Cầu Thế Giới

current *adj* hiện thời, hiện hành

customer *n* khách hàng

cut *v* cắt, chặt

D

dark *adj* tối, tối tăm • *darkness* bóng tối

daughter *n* con gái • *daughter-in-law* con dâu

day *n* ngày • *all day long* suốt ngày • *every day* hằng ngày

dead *adj* chết

death *n* sự chết

decide *v* quyết định

deep *adj* sâu, sâu sắc

degree *n* 1 độ, mức 2 bằng cấp

describe *v* miêu tả, mô tả

design *n* kiểu mẫu

despite *prep* mặc, bất chấp

detail *n* chi tiết

determine *v* quyết tâm

develop *v* phát triển

die *v* chết

different *adj* khác, khác nhau

difficult *adj* khó, khó khăn

dinner *n* bữa ăn tối

direction *n* hướng, phương hướng

director *n* giám đốc

discover *v* khám phá, phát giác

discuss *v* thảo luận, bàn bạc

disease *v* bệnh

do *v* làm • *don't do it* đừng làm chuyện đó

doctor *n* 1 bác sĩ 2 tiến sĩ

dog *n* chó

door *n* cửa • *the house next door* nhà bên cạnh

down *adv* xuống

draw *v* vẽ • *drawing* hình vẽ

dream *v* nằm mơ, mơ ước

drive *v* lái • *driver* tài xế, người lái xe

drop *v* đánh rơi, làm rớt

drug *n* thuốc • *drugstore* tiệm thuốc tây

during *prep* trong, suốt • *during winter* suốt mùa đông

E

each *adj* & *pron* mỗi • *each and everyone* tất cả mọi người

early *adj* & *adv* sớm

east *n* & *adj* (hướng) đông, (miền) đông • *the East Sea* Biển Đông

easy *adj* dễ, dễ dàng • *take it easy* hãy bình tĩnh

eat *v* ăn • *what would you like to eat?* cô muốn ăn món gì?

economy *n* nền kinh tế

education *n* giáo dục

eight *n* & *adj* (số) tám

either **1** *adj* mỗi, nào • *either side* mỗi bên **2** *conj* hoặc • *either this or that* hoặc cái này hoặc cái kia **3** *adv* cũng • *I don't like it, either* tôi cũng không thích cái đó

else *adj* khác, nữa • *what else?* còn gì nữa không? • *anywhere else* bất cứ nơi nào khác

employee *n* nhân viên, người làm

end *n* phần cuối, đoạn kết

enjoy *v* hưởng, thưởng thức

enough *adj* & *adv* đủ • *that's enough* thôi đủ rồi

enter *v* vào, đi vào

entire *adj* cả, toàn thể • *the entire world* cả thế giới

environment *n* môi trường

especially *adv* đặc biệt, nhất là

even *adv* ngay cả, ngay đến, thậm chí

evening *n* buổi tối

event *n* sinh hoạt, sự kiện

ever *adv* bao giờ • *have you ever been to Vietnam?* cô có bao giờ đi Việt Nam chưa?

every *adj* mỗi, mọi

everyone *pron* mỗi người, mọi người

everything *pron* mỗi thứ, mọi thứ, mọi việc

exactly *adv* đúng, một cách chính xác

example *n* ví dụ • *for example* ví dụ như

exist *v* hiện hữu, tồn tại, sinh tồn

expect *v* mong, đợi

experience *n* kinh nghiệm

expert *n* chuyên viên, chuyên gia

explain *v* giải thích, cắt nghĩa

eye *n* mắt • *keep an eye on* để mắt tới

F

face *n* mặt • *face to face* mặt đối mặt

fail *v* **1** thất bại **2** làm thất vọng, phụ lòng

fall **1** *v* rơi, ngã, té **2** *n* mùa thu

family *n* gia đình, nhà

far *adj* & *adv* xa • *how far is it from here?* từ đây đến đó là bao xa?

fast *adj* & *adv* nhanh, mau

father *n* cha, ba, bố • *father and son* hai cha con

feel *v* cảm thấy • *how are you feeling?* ông cảm thấy thế nào?

few *adj* ít • *he has very few friends* anh ấy có rất ít bạn • *within a few days* trong vòng mấy ngày

fill *v* làm cho đầy, điền • *fill in the blanks* điền vào chỗ trống

film *n* phim

final *adj* cuối, chót

finally *adv* cuối cùng

find *v* tìm thấy, tìm ra

fine *adj* tốt, hay • *I'm fine, thank you* tôi khoẻ, cám ơn

finger *n* ngón tay

finish *v* kết thúc, làm xong

fire *n* lửa, hoả hoạn

first *adj* đầu tiên, thứ nhất • *the first time* lần đầu tiên

fish *n* cá • *fish sauce* nước mắm

five *adj* & *n* (số) năm

floor *n* **1** nền nhà, sàn nhà **2** tầng • *first floor* tầng trệt

fly *v* bay

follow *v* theo sau, theo dõi

food *n* thức ăn, thực phẩm

foot *n* bàn chân • *to go on foot* đi bộ

for *prep* cho, dành cho, để • *what is this for?* cái này để làm gì?

force *n* sức mạnh

foreign *adj* ngoại quốc, nước ngoài • *foreign language* ngoại ngữ

forget *v* quên

form *n* **1** hình dạng, hình thức **2** mẫu đơn

four *adj* & *n* (số) bốn

free *adj* **1** tự do **2** rảnh rỗi **3** miễn phí

friend *n* bạn • *best friend* bạn thân

from *prep* từ • *where are you from?* anh là người nước nào?

front *n* phía trước, đằng trước

full *adj* 1 đầy 2 no, no nê

future *n* tương lai

G

game *n* trò chơi, cuộc đấu

garden *n* vườn

gas *n* 1 xăng 2 ga, khí đốt

general *adj* chung, tổng quát, khái quát • *in general* nói chung

get *v* lấy, có được

girl *n* con gái • *girlfriend* bạn gái

give *v* cho, đưa • *give me that* đưa cái đó cho tôi

glass *n* 1 kính • *glass door* của kính 2 ly • *glass of water* ly nước

go *v* đi • *go ahead!* cứ việc!

good *adj* tốt, hay • *good morning, sir* chào ông

great *adj* hay, tuyệt

green *adj* xanh lục, xanh lá cây • *greens* rau cải

group *n* nhóm

grow *v* 1 mọc 2 trồng 3 lớn lên

guess *v* đoán • *I guess so* tôi nghĩ thế

H

hair *n* tóc, lông • *hairdresser* thợ làm tóc

half *adj & n* nửa, rưỡi • *half an hour* nửa giờ, nửa tiếng • *a dollar and a half* một đô-la rưỡi

hand *n* bàn tay • *handy man* người đàn ông tháo vát

happen *v* xảy ra, xảy đến • *what happened?* có chuyện gì vậy?

happy *adj* vui, mừng • *Happy New Year!* Chúc mừng năm mới!

hard *adj* 1 cứng 2 khó 3 *adv* nhiều • *he worked very hard* anh ấy làm việc nhiều lắm

have *v* 1 có • *we have no time to do that* chúng tôi không có thì giờ để làm việc đó 2 đã • *she has met with John* cô ấy đã gặp John

head *n* đầu • *to have a headache* bị nhức đầu

health *n* sức khoẻ • *health insurance* bảo hiểm sức khoẻ, bảo hiểm y tế

hear *v* nghe • *I can't hear you* tôi không nghe anh nói gì cả

heart *n* tim • *to know by heart* thuộc lòng

heavy *adj* nặng, nặng nề

help *v* giúp, giúp đỡ • *help! help!* cứu tôi với!

her *pron* cô ấy, chị ấy, bà ấy

here *adv* đây, ở đây • *here you go* đây này

high *adj* cao • *high wind* gió lớn

him *pron* anh ấy, ông ấy

his *adj* của anh ấy, của ông ấy

hit *v* đánh, đập

hold *v* giữ • *hold on* chờ một chút

home *n* nhà • *at home* ở nhà

hope *v* mong, hy vọng

hospital *n* bệnh viện, nhà thương

hot *adj* 1 nóng 2 cay

hotel *n* khách sạn

hour *n* giờ, tiếng • *after-hours* sau giờ làm việc

house *n* nhà

how *adv* thế nào, ra sao • *how have you been?* dạo này anh ra sao?

however *adv* tuy nhiên, tuy vậy

huge *adj* to lớn

human *adj* con người • *human beings* loài người

hundred *adj & n* trăm • *hundreds of people* hàng trăm người

husband *n* chồng • *husband and wife* hai vợ chồng

I

I *pron* tôi, em, con, cháu

idea *n* ý, ý kiến • *I had no idea* tôi không hay biết gì cả

if *conj* nếu, giá như • *if you please* xin ông vui lòng

image *n* hình, ảnh

important *adj* quan trọng

in *prep* ở, tại, vào, trong • *in this case* trong trường hợp này

include *v* gồm có, bao gồm

increase *v* tăng lên, gia tăng

individual *n* cá nhân

industry *n* kỹ nghệ, công nghiệp

information *n* tin tức, chi tiết • *for more infor-mation* để biết thêm chi tiết

inside *prep & adv* trong, bên trong

instead *adv* thay vì, thay vào đó

interest *n* sự quan tâm, sự chú ý

interesting *adj* hay, lôi cuốn, thú vị

interview *n* cuộc phỏng vấn

into *prep* vào

issue *n* vấn đề

it *pron* nó, điều đó • *that's it* đúng vậy!

item *n* món

its *adj* của nó

J

jacket *n* áo khoác

jam *n* sự mắc kẹt, sự tắc nghẽn • *traffic jam* sự kẹt xe

job *n* việc, công việc, việc làm

jog *v* chạy bộ

join *v* gia nhập, vào

jump *v* nhảy

just *adv* 1 chỉ • *just a bit* chỉ một chút thôi 2 vừa, mới • *they've just left* họ vừa đi khỏi

K

keep *v* giữ • *keep out!* tránh ra!

key *n* chìa khoá

kid *n* đứa nhỏ • *my kids* các con của tôi

kind[1] *n* loại, thứ • *what kind of drink would you like?* cô muốn uống gì?

kind[2] *adj* tử tế, tốt bụng • *it's very kind of you* anh tử tế quá

kitchen *n* nhà bếp

know *v* biết • *you know what?* anh biết không? • *who knows* ai biết được

knowledge *n* kiến thức

L

land *n* đất, đất đai

language *n* ngôn ngữ, tiếng

large *adj* to, lớn

last *adj* cuối, chót • *last but not least* cuối cùng nhưng không kém phần quan trọng

late *adj & adv* muộn, trễ

later *adj* sau này, về sau • *sooner or later* sớm muộn gì

laugh *v* cười

law *n* luật, luật lệ

lawyer *n* luật sư

learn *v* học, học hỏi

least *adj* ít nhất

leave *v* 1 ra đi, rời khỏi 2 để lại, bỏ lại

left *adj* trái, bên trái • *left-handed* thuận tay trái

leg *n* chân, đùi

less *adv* kém, ít hơn • *more or less* xấp xỉ

let *v* để, để cho • *let's go!* chúng ta đi thôi!

letter *n* 1 chữ, chữ cái 2 thư

level *n* mức độ, trình độ

lie *v* 1 nằm 2 nói dối

life *n* cuộc sống, cuộc đời

light[1] *n* ánh sáng, đèn

light[2] *adj* 1 sáng 2 nhẹ

like[1] *v* thích, mến

like[2] *prep* như, giống như

line *n* đường • *to stand in line* sắp hàng

list *n* danh sách

listen *v* nghe, lắng nghe

little *adj* ít, nhỏ

live *v* sống • *where do you live?* anh sống ở đâu?

long *adj* dài, lâu • *how long will it take?* việc này mất bao lâu?

look *v* nhìn • *to look for* tìm, kiếm

lose *v* mất, làm mất

lot *n* nhiều • *a lot of money* nhiều tiền

love *n* tình yêu, tình thương • *I love you* anh yêu em (*man to woman*), em yêu anh (*woman to man*)

low *adj* thấp

M

machine *n* máy

magazine *n* tạp chí • *monthly magazine* nguyệt san

main *n* chính

make *v* làm

man *n* đàn ông

manager *n* giám đốc, quản lý

many *adj* nhiều • *how many children do you have?* ông bà có bao nhiêu người con?

market *n* chợ • *supermarket* siêu thị

material *n* vật liệu

matter *n* vấn đề • *what's the matter?* có chuyện gì vậy?

may *v* có thể, được phép • *may I come in?* cho tôi vào nhé

maybe *adv* có lẽ, có thể

me *pron* tôi, em, con, cháu

mean *v* có nghĩa là, muốn nói • *what does this word mean?* chữ này có nghĩa là gì? • *what do you mean by that?* anh nói vậy nghĩa là gì?

medical *adj* y tế • *medical care* chăm sóc y tế

meet *v* gặp, gặp gỡ • *nice to meet you* hân hạnh được biết cô

meeting *n* cuộc họp

member *n* hội viên, thành viên

message *n* tin nhắn • *do you want to leave a message for her?* ông có muốn nhắn cô ấy điều gì không?

method *n* cách, phương pháp

middle *adj* giữa • *in the middle of nowhere* không biết đang ở chỗ nào

might *v* có thể • *I might run a bit late* tôi có thể đến trễ một chút

military *adj* & *n* quân đội

million *n* triệu • *millionaire* triệu phú

mind *v* phiền • *would you mind if I sat here?* tôi ngồi đây có phiền đến ông không?

minute *n* phút

miss *v* 1 lỡ, mất • *he missed the 8 o'clock bus* anh ấy lỡ chuyến xe buýt tám giờ 2 nhớ • *we miss them so much* chúng tôi nhớ họ lắm

model *n* 1 kiểu, mẫu 2 người mẫu thời trang

modern *adj* tân thời, hiện đại • *modern times* thời nay

moment *n* chốc lát, giây lát • *just a moment* xin đợi một chút

money *n* tiền, tiền bạc

month *n* tháng • *monthly* hàng tháng, mỗi tháng một lần

more *adj* & *adv* nhiều hơn, thêm, nữa • *the more the better* càng nhiều càng tốt

morning *n* buổi sáng • *yesterday morning* sáng hôm qua • *tomorrow morning* sáng mai

most *adj* & *adv* nhiều nhất, phần lớn • *most of all* nhất là

mother *n* mẹ, má • *stepmother* mẹ kế

mouth *n* miệng, mồm

move *v* 1 cử động 2 xê dịch, di chuyển, dọn

movie *n* phim • *movie theater* rạp chiếu phim, rạp xi-nê

much *adj* & *adv* nhiều • *thank you so much!* cám ơn anh nhiều lắm!

music *n* nhạc, âm nhạc

must *v* phải • *you must come on time* các anh chị phải đến đúng giờ

my *adj* của tôi, của em, của con, của cháu • *my pleasure* rất hân hạnh

N

name *n* tên • *what's your name?* tên anh là gì? • *first name* tên • *last name* họ • *middle name* tên đệm

nation *n* quốc gia

natural *adj* tự nhiên

nature *n* thiên nhiên

near *prep* & *adv* gần

necessary *adj* cần thiết

need *v* cần • *needless to say* không cần nói cũng biết

never *adv* • *better late than never* thà trễ còn hơn không bao giờ

new *adj* mới • *brand new* mới toanh

news *n* tin tức • *breaking news* tin giờ chót

newspaper *n* báo • *daily newspaper* nhật báo

next *adj* kế tiếp, kế bên

nice *adj* tử tế, đáng mến

night *n* ban đêm • *good night* ngủ ngon nhé

nine *adj & n* (số) chín

no *adj & adv* không • *no problem* không có chi

none *pron* không gì, không ai • *none of them came* bọn họ chẳng ai đến cả

north *adj & n* (hướng) bắc, (miền) bắc

not *adv* không • *something is not right* có điều gì không ổn

note *n* điều ghi chú

nothing *pron* không có gì • *I saw nothing in there* tôi thấy trong đó không có gì cả

notice *v* để ý

now *n* bây giờ, hiện giờ • *right now* ngay bây giờ • *nowadays* ngày nay

number *n* số, con số • *telephone number* số điện thoại • *even number* số chẵn • *odd number* số lẻ

O

of *prep* của • *the economy of Vietnam* nền kinh tế của Việt Nam

off *prep & adv* **1** khỏi, ra khỏi • *to be off duty* khỏi trực **2** đi, ra • *he took 10% off* ông ấy bớt đi mười phần trăm

offer *v* mời, đề nghị

office *v* văn phòng

officer *n* sĩ quan; cảnh sát viên; viên chức

official *adj* chính thức

often *adv* thường, thường xuyên • *how often do you go shopping?* bao lâu cô mới đi mua sắm một lần?

old *adj* **1** cũ **2** già • *how old are you?* anh bao nhiêu tuổi?

on *prep* trên, vào • *on time* đúng giờ • *on and off* lúc có lúc không

once *adv* một lần • *once and for all* một lần cuối cùng rồi thôi

one *adj & n* một • *one day at a time* chuyện ngày nào lo ngày ấy

only 1 *adj* duy nhất, một • *only child* con một **2** *adv* chỉ, chỉ có

open *v & adj* mở • *is the library open today?* hôm nay thư viện có mở cửa không?

opportunity *n* cơ hội, dịp may

or *conj* hay, hoặc • *rain or shine* dù mưa hay nắng

order *v* **1** ra lệnh, yêu cầu **2** gọi • *what would you like to order?* bà muốn gọi món gì?

other *adj* khác • *other things* những điều khác

our *adj* của chúng tôi, của chúng ta

out *prep & adv* ra, ra ngoài, ra khỏi • *to go out* đi chơi

outside *adj, prep & adv* bên ngoài, ở ngoài, ngoài • *to go outside* đi ra ngoài

over 1 *prep & adv* trên **2** *adj* hết • *it's over* hết rồi

owner *n* chủ, chủ nhân

P

page *n* trang, trang giấy

pain *n* sự đau đớn, sự đau khổ

paint *v* sơn, vẽ

paper *n* giấy

parent *n* cha, mẹ • *parents* cha mẹ • *grand-parents* ông bà

part *n* phần, bộ phận • *to take part in* tham dự

partner *n* bạn, người cùng làm việc

party *n* buổi tiệc • *birthday party* tiệc sinh nhật

pass *v* đi qua, vượt qua

past *prep* qua, qua khỏi • *go past the bridge* đi qua khỏi cây cầu

patient[1] *adj* kiên nhẫn • *be patient* hãy kiên nhẫn

patient[2] *n* người bệnh, bệnh nhân

pay *v* trả, trả tiền • *to pay one's debt* trả nợ

peace *n* hoà bình; sự yên tĩnh

people *n* người, người ta

perhaps *adv* có lẽ

period *n* **1** thời kỳ, thời gian **2** dấu chấm

person *n* người

personal *adj* cá nhân, riêng tư

phone *n* điện thoại • *phone call* cú điện thoại

pick *v* chọn, lấy, hái

picture *n* hình, tranh, ảnh • *to take a picture* chụp ảnh

piece *n* mẩu, miếng, mảnh • *a piece of paper* một mảnh giấy

place *n* nơi, chỗ, chốn • *to go places* đi đây đi đó

plan *n* chương trình, kế hoạch

plant *v* trồng • *to plant trees* trồng cây

play *v* chơi, đùa giỡn • *to play the piano* chơi dương cầm

police *n* cảnh sát • *police officer* cảnh sát viên • *police station* đồn cảnh sát

politics *n* chính trị

poor *adj* **1** nghèo **2** tồi, kém **3** tội nghiệp • *poor you!* tội anh quá!

popular *adj* phổ thông, phổ biến

position *n* vị trí, địa vị

possible *adj* có thể • *as soon as possible* càng sớm càng tốt

power *n* **1** sức mạnh, quyền lực **2** điện lực

practice *v* thực hành, tập luyện

prepare *v* chuẩn bị, sửa soạn

present *n* **1** hiện tại • *at present* hiện giờ **2** quà tặng

president *n* chủ tịch, giám đốc, tổng thống

pretty¹ *adj* xinh, dễ thương

pretty² *adv* khá, cũng • *pretty good* cũng hay

price *n* giá, giá cả • *at any price* với bất cứ giá nào

private *adj* tư, riêng tư

probably *adv* có lẽ, có thể

problem *n* vấn đề, chuyện rắc rối • *is there a problem?* có rắc rối gì không?

process *n* tiến trình

product *n* sản phẩm

professor *n* giáo sư

program *n* chương trình

project *n* dự án, đề án

property *n* tài sản

protect *v* bảo vệ, che chở

prove *v* chứng minh, chứng tỏ

provide *v* cung cấp, cho

public *adj* công, công cộng • *the public* công chúng

pull *v* kéo, giật

purpose *n* mục đích • *on purpose* cố tình

push *v* đẩy, xô

put *v* đặt, để

Q

quality *n* phẩm chất • *best quality* phẩm chất thượng hạng

question *n* câu hỏi, vấn đề • *out of the question* không thành vấn đề

quickly *adv* nhanh chóng

quit *v* bỏ, từ bỏ • *to quit smoking* bỏ hút thuốc

quite *adv* rất, hoàn toàn

R

race *n* cuộc chạy đua

raise *v* nâng lên, làm cao lên

rate *n* tỷ lệ • *at any rate* dù sao đi nữa • *exchange rate* tỷ giá hối đoái

rather *adv* phần nào, thà • *to die rather than quit* thà chết còn hơn là bỏ cuộc • *had/would rather* thích (làm gì) hơn

reach *v* đến, đạt đến

read *v* đọc • *reader* độc giả

ready *adj* sẵn sàng

real *adj* thật, có thật

really *adv* thật, thật là • *really?* thật vậy sao?

reason *n* lý do

receive *v* nhận, tiếp nhận

recent *adj* mới, mới đây

recognize *v* nhận ra, thừa nhận

record *n* sổ sách

red *adj* đỏ

reduce *v* giảm, bớt

relationship *n* mối quan hệ

religion *n* tôn giáo

remain *v* còn lại, vẫn • *she remained silent* cô ấy vẫn im lặng

remember *v* nhớ

remove *v* lấy đi

report *v* tường trình, thuật lại, báo cáo

require *v* yêu cầu, đòi hỏi

respond *v* trả lời, đáp

responsibility *n* bổn phận, nhiệm vụ

rest *v* nghỉ ngơi • *restroom* phòng vệ sinh

result *n* kết quả • *as a result* kết quả là

return *v* về, trở về, trở lại

rich *adj* giàu, phong phú

right *adj* phải, đúng • *is it right?* đúng không?

rise *v* nổi lên, dâng lên, mọc lên • *sunrise* bình minh

road *n* đường

rock *n* đá

role *n* vai trò • *to play a role* đóng vai

room *n* phòng, chỗ

rule *n* luật lệ • *as a rule* theo lệ

run *v* chạy, chảy

S

safe *adj* an toàn, bình an • *safe and sound* bình an vô sự

same *adj* giống, giống nhau

save *v* 1 cứu, cứu giúp 2 để dành, dành dụm

say *v* nói • *you don't say!* anh nói thật sao?

school *n* trường, trường học • *elementary school* trường tiểu học • *high school* trường trung học

score *n* điểm, tỷ số

sea *n* biển • *seashore* bờ biển

season *n* mùa

seat *n* chỗ ngồi • *please take a seat* xin mời bà ngồi

second[1] *adj* thứ nhì, thứ hai • *on second thought* sau khi suy nghĩ lại

second[2] *n* giây • *just a second* đợi một giây

section *n* khu, khu vực, phần

security *n* sự an toàn

see *v* thấy • *you see?* anh thấy chưa?

seek *v* tìm, kiếm

seem *v* có vẻ, dường như • *so it seems* dường như là vậy

sell *v* bán

send *v* gởi • *to send a text message* gởi một tin nhắn

sense *n* 1 giác quan 2 ý nghĩa, nghĩa lý • *that doesn't make sense* vô lý quá

serious *adj* nghiêm chỉnh, nghiêm trọng

serve *v* phục vụ • *dinner is served* bữa ăn tối đã sẵn sàng

service *n* sự phục vụ

set *v* sắp, xếp, đặt • *you're all set* việc của anh đã xong xuôi

seven *adj* & *n* bảy

several *adj* vài, một số, nhiều

shake *v* rung, lắc, run • *to shake hands with someone* bắt tay ai

share *v* chia, san sẻ

she *pron* cô ấy, chị ấy, bà ấy

shoot *v* 1 bắn 2 quay phim

short *adj* 1 ngắn 2 thấp

should *v* nên • *what should I do now?* bây giờ tôi nên làm gì đây?

shoulder *n* vai

show *v* chỉ, cho thấy

side *n* bên, phe • *side by side* bên nhau

sign *v* ký, ký tên • *signature* chữ ký

similar *adj* giống, tương tự

simple *adj* đơn giản, giản dị

since *adv* & *conj* từ đó, từ khi • *ever since* kể từ dạo đó

sing *v* hát, ca • *singer* ca sĩ

single *adj* 1 đơn, chiếc 2 độc thân • *single parent* cha/mẹ độc thân

sister *n* chị, em gái • *older sister* chị • *younger sister* em gái • *half-sister* chị/em cùng cha khác mẹ or cùng mẹ khác cha

sit *v* ngồi • *sit down!* ngồi xuống!

situation *n* tình trạng, tình hình, hoàn cảnh

six *adj* & *n* sáu

size *n* cỡ • *what size shoes do you wear?* ông mang giày số mấy?

skill *n* tài năng, kỹ năng

skin *n* da • *skin disease* bệnh ngoài da

small *adj* nhỏ, bé

smile *v* mỉm cười, cười

so *adv* 1 như vậy, như thế, • *is that so?* vậy sao? 2 quá, lắm • *the food is so good!* thức ăn ngon quá!

society *n* xã hội

soldier *n* lính, quân nhân

some *adj* vài, một ít • *some time* một thời gian, ít lâu

someone *pron* ai, người nào

something *pron* gì, điều gì

sometimes *pron* đôi khi, thỉnh thoảng

son *n* con trai • *eldest son* con trai cả • *only son* con trai duy nhất

song *n* bài hát, bài ca

soon *adv* sớm, chóng • *see you soon* hẹn sớm gặp lại cô nhé

sound *n* âm thanh, tiếng

south *adj & n* (hướng) nam, (miền) nam

space *n* không gian, chỗ, chỗ trống

speak *v* nói, nói chuyện • *do you speak Vietnamese?* anh có nói tiếng Việt không?

special *adj* đặc biệt

specific *adj* cụ thể, rõ ràng

speech *n* lời nói, bài diễn văn

spend *v* 1 trải qua 2 tiêu, xài • *to spend a lot of money* tiêu tiền nhiều

sport *n* thể thao

spring *n* mùa xuân

staff *n* nhân viên

stage *n* sân khấu

stand *v* đứng • *stand up!* đứng dậy!

star *n* ngôi sao

start *v* bắt đầu • *let's get started* chúng ta bắt đầu nhé!

state *n* 1 tình trạng 2 tiểu bang

station *n* 1 nhà ga • *train station* ga xe lửa 2 đài • *radio station* đài phát thanh

stay *v* ở, ở lại • *how long will you stay?* anh sẽ ở lại bao lâu?

step *n* bước • *step by step* từng bước một

still *adv* vẫn, còn • *the night is still young* còn sớm mà

stop *v* dừng, ngừng, thôi

store *n* tiệm, cửa hiệu

story *n* chuyện, truyện

street *n* đường • *what street is your house on?* nhà anh ở đường nào?

strong *adj* mạnh, khoẻ

student *n* học sinh, sinh viên • *college student* sinh viên đại học

study *v* học, nghiên cứu

stuff *n* điều, việc • *all kinds of stuff* đủ thứ cả

style *n* kiểu, cách, phong thái

subject *n* chủ đề, đề tài

success *n* thành công

such *adj* như thế, như vậy • *such as* như là, ví dụ như

suddenly *adv* thình lình, đột nhiên

suffer *v* bị, chịu, đau khổ

suggest *v* yêu cầu, đề nghị

summer *n* mùa hè, mùa hạ • *summer vacation* kỳ nghỉ hè

support *v* 1 ủng hộ 2 nuôi nấng, chu cấp

sure *adj* chắc, chắc chắn

system *n* hệ thống

T

table *n* bàn

take *v* lấy. cầm lấy

talk *v* nói, nói chuyện

task *n* nhiệm vụ, phận sự, việc làm

tax *n* thuế • *to pay taxes* đóng thuế

teach *v* dạy, giảng dạy

teacher *n* giáo viên

team *n* đội, toán, nhóm

technology *n* kỹ thuật

television *n* vô tuyến truyền hình

tell *v* bảo, kể

ten *adj & n* mười

term *n* thời hạn, học kỳ

test *n* 1 sự thử nghiệm 2 bài thi

than *conj* so với • *more than ever before* hơn bao giờ hết

thank *v* cám ơn • *thanks a lot* cám ơn nhiều

that 1 *adj* đó, đấy, ấy • *in that moment* trong khoảnh khắc đó 2 *conj* rằng, là • *she thought that she was right* cô ấy nghĩ rằng mình đúng 3 *pron* mà • *all the things that you said* tất cả những điều mà ông nói

the *art* người, cái, con, etc. • *the TV in the kitchen* cái ti-vi trong nhà bếp

their *adj* của họ, của chúng nó

them *pron* họ, chúng nó

then *adv* rồi, thì • *and then what?* rồi sao nữa?

there *adv* 1 đó, ở đó • *who's there?* ai đó? 2 có • *how many people are there in the meeting?* có bao nhiêu người trong buổi họp?

these *adj & pron* những... này, mấy... nay • *it's been very warm these days* mấy hôm nay trời nóng quá

they *pron* họ, chúng nó • *who are they?* họ là ai?

thing *n* điều, vật, việc • *how are things?* mọi việc thế nào?

think *v* nghĩ, suy nghĩ • *what do you think about the situation?* ông nghĩ sao về tình hình này?

third *adj* thứ ba

this *adj & pron* này, cái này, điều này • *what's this?* cái này là cái gì?

those *adj & pron* những... đó

though 1 *adv* tuy vậy, dù vậy 2 *conj* mặc dầu, tuy

thought *n* ý nghĩ

thousand *adj & n* nghìn, ngàn • *thousands of dollars* hàng ngàn đô-la

three *adj & n* (số) ba

through 1 *adv* kỹ càng • *I'll think it through* tôi sẽ suy nghĩ kỹ về chuyện đó 2 *prep* qua, xuyên qua

throw *v* quăng, ném

time *n* 1 thời gian, thì giờ • *what time is it?* mấy giờ rồi? 2 lần • *how many times have you been here?* cô đã đến đây mấy lần rồi?

to *prep* đến • *from A to Z* từ đầu đến cuối

today *n & adv* hôm nay • *what's today's date?* hôm nay là ngày tháng mấy?

together *adv* cùng, cùng nhau, với nhau

tonight *n & adv* tối nay, đêm nay

too *adv* 1 cũng • *we like it, too* chúng tôi cũng thích nó 2 quá • *it's too much* quá đáng

top *n* đỉnh, đầu • *on top of that* ngoài ra

total *n* tổng số, tổng cộng

tough *adj* 1 khó, đầy thử thách 2 bền bỉ, dai, dẻo dai

toward *prep* về phía

town *n* phố, thị xã

trade *n* thương mại, việc buôn bán

traditional *adj* truyền thống

travel *v* du lịch, đi xa

treat *v* 1 đối xử 2 chữa (bệnh)

tree *n* cây • *apple tree* cây táo

trip *n* chuyến đi • *have a good trip!* chúc anh đi chơi vui vẻ! chúc thượng lộ bình an!

trouble *n* chuyện rắc rối • *the trouble is* rắc rối ở chỗ là

true *adj* thật. có thật • *is it true?* có thật không?

truth *n* sự thật • *to tell the truth* nói thật

try *v* 1 cố gắng 3 thử • *try this dress on* mặc thử cái áo đầm này đi

turn *v* rẽ, quẹo, quay • *turn left here* rẽ trái ở đây

two *adj & n* (số) hai

type *n* loại, kiểu • *what type of car do you like?* ông thích loại xe gì?

under *prep* dưới, bên dưới • *under age* tuổi vị thành niên

understand *v* hiểu • *I don't understand* tôi không hiểu

U

ugly *adj* xấu, xấu xí

unfair *adj* không công bằng, bất công

unit *n* đơn vị, cái

unnecessary *adj* không cần thiết

until *prep & conj* cho đến, cho đến khi • *we will not call you until after midnight* sau nửa đêm chúng tôi mới gọi anh

up *prep & adv* lên • *please speak up!* xin nói lớn lên!

upon *prep* trên, vào, khi • *upon receiving this letter* khi nhận được bức thư này

urgent *adj* khẩn cấp, khẩn thiết • *urgent care* chăm sóc khẩn cấp

us *pron* chúng tôi, chúng ta

use *v* dùng, sử dụng

useful *adj* có ích, tiện lợi

usually *adj* thường, thông thường

V

vague *adj* không rõ ràng

valid *adj* có giá trị, hợp lệ • *valid license* giấy phép hợp lệ

value *n* giá trị

van *n* xe tải, xe khách

various *adj* khác nhau, nhiều • *for various reasons* vì nhiều lý do khác nhau

vary *v* thay đổi

vegetable *n* rau

vegetarian *adj & n* (người) ăn chay

very *adv* rất, lắm • *very good!* hay lắm!

view *v* xem, coi

visit *v* thăm, thăm viếng

voice *n* giọng, giọng nói • *I've lost my voice* tôi bị mất giọng

vote *v* bầu cử, bỏ phiếu

W

wait *v* đợi, chờ • *waiting room* phòng đợi

walk *v* đi, bước, đi bộ

wall *n* tường, vách

want *v* muốn • *do you want to say something?* anh muốn nói gì không?

war *n* chiến tranh

watch[1] *v* xem, coi, theo dõi • *to watch TV* xem truyền hình, coi ti-vi • *watch out!* coi chừng!

watch[2] *n* đồng hồ đeo tay • *smart watch* đồng hồ thông minh

water *n* nước

way *n* **1** lối đi • *go this way* đi lối này **2** cách, cách thức

we *pron* chúng tôi, chúng ta

wear *v* mang, mặc, đội, đeo, để, bôi, xức • *to wear sunglasses* mang kính mát • *to wear a ring* đeo nhẫn • *to wear flip-flops* mang dép • *to wear shorts* mặc quần cộc • *to wear one's hair long* để tóc dài • *to wear perfume* bôi nước hoa

week *n* tuần, tuần lễ • *long weekend* cuối tuần có ngày lễ • *have a good weekend!* chúc cuối tuần vui vẻ!

weight *n* sức nặng, cân nặng

well 1 *adj* khoẻ • *I am very well* tôi khoẻ lắm **2** *adv* giỏi, hay, đẹp, khá • *she sings pretty well* cô ấy hát khá hay

west *adj & n* (hướng) tây, (miền) tây

what *adj & pron* gì, sao • *what did you say?* cô nói sao? • *what day is it today?* hôm nay là thứ mấy?

whatever *adj & pron* bất cứ cái gì, bất cứ điều gì • *whatever!* sao cũng được!

when *conj* khi, khi nào • *when are you guys leaving?* khi nào các anh đi?

where *adv* đâu, ở đâu • *where are you going now?* bây giờ ông đi đâu? • *where are you now?* hiện giờ anh đang ở đâu?

whether *conj* có... hay không • *We don't know whether they will come or not* chúng tôi không biết họ có đến không

which *adj & pron* nào, cái nào • *which one do you prefer?* chị thích cái nào hơn?

while 1 *conj* trong khi, trong lúc • *he left while I was sleeping* anh ấy ra đi lúc tôi đang ngủ **2** *n* một lát, một chốc • *we chatted for a while* chúng tôi nói chuyện trong một lát

white *adj & n* (màu) trắng

who *pron* ai, người nào, mà • *excuse me, who are you?* xin lỗi, ông là ai? • *the man who called you didn't leave a message* người mà gọi anh không để lại lời nhắn

whole *adj & n* toàn thể, trọn, cả • *the whole month* cả tháng • *as a whole* nói chung

why *adv* tại sao, vì sao • *why did you do that?* tại sao bà lại làm thế?

wide *adj* rộng • *far and wide* khắp nơi

wife *n* vợ • *whose wife is she?* bà ấy là vợ của ai?

will *v* sẽ, định, muốn • *I will call you soon* tôi sẽ gọi anh ngay

win *v* thắng, chiến thắng

wind *n* gió

window *n* cửa sổ • *please close the window* đóng giùm cái cửa sổ lại

wish *v* ước, mong • *I wish you all the best* chúc anh mọi sự tốt đẹp

with *prep* với • *with pleasure* xin sẵn lòng, rất hân hạnh

without *prep* không có, thiếu • *it goes without saying* rõ ràng là

woman *n* đàn bà, phụ nữ

wonder *v* thắc mắc, tự hỏi • *no wonder* thảo nào

word *n* chữ, tiếng, lời, từ ngữ • *to be at a loss for words* không nói được lời nào

work *v* 1 làm việc • *to go to work* đi làm 2 chạy, hoạt động • *the clock is not working* đồng hồ không chạy, đồng hồ đứng

worker *n* thợ, công nhân

world *n* thế giới • *around the world* khắp thế giới

worry *v* lo, lo lắng • *don't worry* đừng lo

would *v* sẽ, muốn • *how would you like your steak?* anh muốn món thịt như thế nào?

write *v* viết, viết thư

wrong *adj* sai, trái • *to tell right from wrong* biết phân biệt phải trái

Y

yard *n* sân • *backyard* sân sau • *front yard* sân trước

year *n* năm • *every year* hằng năm • *all year long* suốt năm

yellow *adj & n* (màu) vàng

yes *adv* vâng, dạ, ừ

yet *adv* 1 còn, vẫn • *there is much yet to do* vẫn còn nhiều việc phải làm • *not yet* chưa, chưa xong 2 tuy, nhưng, mà • *it is unbelievable, yet true* khó tin nhưng có thật

you *pron* anh, chị, cô, ông, bà, em, con, cháu • *how are you doing?* anh thế nào?

young *adj* trẻ

your *adj* của anh, của chị, của ông, của bà

yourself *pron* chính anh, chính chị, chính ông, chính bà • *you said it yourself* chính anh đã nói như vậy

Z

zealous *adj* hăng hái, sốt sắng, háo hức

zebra *n* ngựa vằn

Zen *n* thiền

zero *adj & n* (số) không • *zero degrees* không độ

zest *n* sự thú vị, sự thích thú • *the story lacks zest* truyện không thú vị

zipper *n* dây kéo

zone *n* vùng, khu vực • *time zone* múi giờ

zoo *n* sở thú

PHOTO CREDITS

All photos used in this book are from Shutterstock.

Page 5 © pongwan sukpoka

Page 6 © vuong kha thinh

Page 60 top left © Tieu Bao Truong

Page 60 top right 1 © Stockbym

Page 60 top right 2 © Tieu Bao Truong

Page 60 bottom © Quang nguyen vinh

Page 72 top © Vietnam Stock Images

Page 72 bottom left © John Bill

Page 72 bottom right © Tieu Bao Truong

Page 86 top left © Sakura Image Inc

Page 86 top right © Jimmy Tran

Page 86 middle © Saigoneer

Page 86 bottom left © Galyna Andrushko

Page 86 bottom right © OlegD

Page 105 © LocHuynh

Page 106 top © Vietnam Stock Images

Page 106 bottom left © JunPhoto

Page 106 bottom right 1 © Vadim Petrakov

Page 106 bottom right 2 © Eric Isselee

Published by Tuttle Publishing, an imprint of Periplus Editions (HK) Ltd.

www.tuttlepublishing.com

Library of Congress Catalog-in-Publication Data in progress

ISBN 978-0-8048-5334-7

First edition, 2022

Distributed by

North America, Latin America & Europe
Tuttle Publishing
364 Innovation Drive
North Clarendon,
VT 05759-9436 U.S.A.
Tel: 1 (802) 773-8930; Fax: 1 (802) 773-6993
info@tuttlepublishing.com
www.tuttlepublishing.com

Japan
Tuttle Publishing
Yaekari Building, 3rd Floor,
5-4-12 Osaki, Shinagawa-ku,
Tokyo 141 0032
Tel: (81) 3 5437-017; Fax: (81) 3 5437-0755
sales@tuttle.co.jp
www.tuttle.co.jp

Asia Pacific
Berkeley Books Pte. Ltd.
3 Kallang Sector #04-01
Singapore 349278
Tel: (65) 6741-2178
Fax: (65) 6741-2179
inquiries@periplus.com.sg
www.tuttlepublishing.com

26 25 24 23 22   5 4 3 2 1   Printed in Singapore   2201TP

"Books to Span the East and West"

To access the online audio recordings and printable flash cards for this book:

1. Check that you have an Internet connection.
2. Type the following URL into your web browser.
   https://www.tuttlepublishing.com/reading-and-writing-vietnamese

For support, you can email us at info@tuttlepublishing.com.

NOTES